സ്ത്രീ ലൈംഗികത സദാചാരം

sthree laingikatha sadacharam

•

m c josephine

•

first edition
april 2015

•

typesetting
akshara dtp centre, thiruvananthapuram

•

published
chintha publishers, thiruvananthapuram

•

printed at
Repro India Ltd, Mumbai.

•

cover
vinod

•

price
rupees fifty only

വിതരണം

ദേശാഭിമാനി ബുക്ക് ഹൗസ്

H O തിരുവനന്തപുരം-695 035
phone: 0471-2303026, 6063026
www.chinthapublishers.com
chinthapublishers@gmail.com

ബ്രാഞ്ചുകൾ

ഹെഡ്ഡാഫീസ് ബ്രാഞ്ച് കുന്നുകുഴി • സ്റ്റാച്യു തിരുവനന്തപുരം • കെ എസ് ആർ ടി സി ബസ് സ്റ്റേഷൻ ആലപ്പുഴ • കെ എസ് ആർ ടി സി ബസ് സ്റ്റേഷൻ എറണാകുളം • ചിറ്റൂർ റോഡ് എറണാകുളം • മച്ചിങ്ങൽ ലെയ്ൻ തൃശൂർ • ഐ ജി റോഡ് കോഴിക്കോട് • മാവൂർ റോഡ് കോഴിക്കോട് • എൻ ജി ഒ യൂണിയൻ ബിൽഡിങ് കണ്ണൂർ • സെൻട്രൽ ബസ് ടെർമിനൽ കോംപ്ലക്സ് താവക്കര കണ്ണൂർ

CO - 2172 / 3634

സ്ത്രീ ലൈംഗികത സദാചാരം

എം സി ജോസഫൈൻ

ചിന്ത പബ്ലിഷേഴ്സ്
തിരുവനന്തപുരം-695 035
വില: ₹ 50

എം സി ജോസഫൈൻ

എറണാകുളം ജില്ലയിൽ വൈപ്പിൻ ദ്വീപിലെ മുരുക്കുംപാടം ഗ്രാമത്തിൽ ജനിച്ചു. വിവാഹംമൂലം അങ്കമാലിയിലേക്ക് പറിച്ചു നടപ്പെട്ടു. മാതാപിതാക്കൾ ജീവിച്ചിരിപ്പില്ല. മുരുക്കുംപാടം സെന്റ് മേരീസ് എൽ പി സ്കൂൾ, ഓച്ചതുരുത്ത് ഇൻഫന്റ് ജീസസ് അപ്പർ പ്രൈമറി സ്കൂൾ, സാന്റാക്രൂസ് ഹൈസ്കൂൾ എന്നിവിടങ്ങളിൽ പ്രാഥമിക വിദ്യാഭ്യാസം. ആലുവ സെന്റ് സേവ്യേഴ്സിൽ ബിരുദ വിദ്യാഭ്യാസവും എറണാകുളം മഹാരാജാസിൽ മലയാളഭാഷയിലും സാഹിത്യത്തിലും ബിരുദാനന്തര ബിരുദവും പൂർത്തിയാക്കി. ഒരു വ്യാഴവട്ടം മലയാളം അദ്ധ്യാപികയായി. തുടർന്ന് മുഴുവൻ സമയ പൊതു പ്രവർത്തകയായി. ജനാധിപത്യമഹിളാ അസോസിയേഷൻ അഖിലേന്ത്യാ വൈസ് പ്രസിഡന്റും, സി പി ഐ (എം) കേന്ദ്രകമ്മിറ്റി അംഗവുമാണ്.

ഭർത്താവ് : പി എ മത്തായി
മകൻ : മനു പി മത്തായി
മകൾ : ജ്യോത്സന
കൊച്ചുമക്കൾ : മാനവ് വ്യാസ്, കണ്ണകി (നോറ)
വിലാസം : അങ്കമാലി പി ഒ
എറണാകുളം
ഫോൺ : 9447045284

ഉള്ളടക്കം

പ്രസാധകക്കുറിപ്പ്

ആക്ടിവിസ്റ്റും എഴുത്തുകാരിയുമാണ് എം സി ജോസഫൈൻ. ഇന്ത്യൻ സമൂഹത്തിൽ സ്ത്രീജീവിതം സവിശേഷമായ വെല്ലുവിളി നേരിടുന്നു. പിതൃകേന്ദ്ര കുടുംബവ്യവസ്ഥയ്ക്കുള്ളിൽ സ്ത്രീയും സ്ത്രീത്വവും വീർപ്പുമുട്ടുകയാണ്. എല്ലാത്തരം ഭരണകൂടതാല്പര്യങ്ങളും കുടുംബം എന്ന സംവിധാനത്തിനുള്ളിൽ സുരക്ഷിതമാക്കപ്പെടുന്നു. ഒരു സ്ത്രീയെ സംബന്ധിച്ച് സാമൂഹ്യബോധത്തിലേക്ക് ഉയരണമെങ്കിൽ കുടുംബത്തിനുള്ളിൽക്കൂടി സമരം ചെയ്യേണ്ടുന്ന അവസ്ഥയാണുള്ളത്. സദാചാര സംരക്ഷണത്തിന്റെ മറവിൽ യഥാർത്ഥത്തിൽ തടവിലാക്കാൻ ശ്രമിക്കുന്നത് സത്രീ ലൈംഗികതയെയാണ്. ഫ്യൂഡൽ മൂല്യങ്ങൾ ആശയമണ്ഡലത്തിൽ സ്വാധീനം ചെലുത്തുന്ന നമ്മുടെ സമൂഹത്തിൽ ഈ ആഗോളവല്ക്കൃത കാലഘട്ടത്തിലും സ്ത്രീ സ്വാതന്ത്ര്യം എന്നത് ഏട്ടിലെ പശുവായി തുടരുന്നു. സ്ത്രീ, ലൈംഗികത, സദാചാരം തുടങ്ങിയ രാഷ്ട്രീയ സാമൂഹ്യ വ്യവഹാരങ്ങളെ മാർക്സിയൻ ദർശനത്തിന്റെ ഉൾക്കാഴ്ചയിലൂടെ സമീപിക്കുകയാണ് ഈ ലേഖന സമാഹാരം.

ചിന്ത പബ്ലിഷേഴ്സ്

1

ലൈംഗികാതിക്രമവും പ്രായവും തമ്മിൽ എന്ത്?

പെൺകുട്ടികൾക്കുനേരെ നടക്കുന്ന ലൈംഗികാതിക്രമങ്ങൾക്ക് പരിഹാരമായി വിവാഹപ്രായം 16 വയസ്സായി ചുരുക്കിയാൽ മതി എന്ന മുൻ ഹരിയാന മുഖ്യമന്ത്രി ഓംപ്രകാശ് ചൗത്താലയുടെ അഭിപ്രായം വലിയ വിവാദത്തിന് ഇടവരുത്തിയിരിക്കുകയാണ്. ഹരിയാനയിലെ ഒരു ഖാപ് (ജാതി) പഞ്ചായത്തിന്റെ നിലപാടിനെ പിന്താങ്ങിക്കൊണ്ടാണ് ചൗത്താല ഇങ്ങനെ പറഞ്ഞത്. അതും കഴിഞ്ഞ ഒരു മാസത്തിനിടയിൽ ഹരിയാനയിൽ ദളിത് പെൺകുട്ടികളും പ്രായപൂർത്തിയാകാത്ത പെൺകുട്ടികളുമടക്കം പതിനഞ്ചോളം പേർ ലൈംഗികാതിക്രമത്തിനു വിധേയരായ സാഹചര്യത്തിലും. ശൈശവ വിവാഹത്തിന് കുപ്രസിദ്ധമാണ് ഇന്ത്യ, വടക്കേ ഇന്ത്യ പ്രത്യേകിച്ചും. ഇന്ത്യയിലെവിടെയും മുസ്ലിം സമുദായം പ്രായപൂർത്തിയാകുന്നതിന് മുമ്പ് തന്നെ പെൺകുട്ടികളെ വിവാഹം കഴിച്ചുവിടാൻ ആഗ്രഹിക്കുന്നു. വിദ്യാസമ്പന്നരായ മുസ്ലീങ്ങൾക്കിടയിൽപ്പോലും 18 വയസ്സിനുള്ളിൽ പെൺകുട്ടികളെ വിവാഹം ചെയ്തില്ലെങ്കിൽ അപകടമാണെന്ന ബോധം ശക്തമാണ്. ഇത്തരം നടപടികൾക്കെതിരായ ശബ്ദം രാജ്യവ്യാപകമായി ഉയരുന്നുണ്ടെങ്കിലും സാഹചര്യങ്ങൾ ഇത്തരം ചിന്തകളെ ശക്തിപ്പെടുത്തുന്നു.

ഐക്യരാഷ്ട്രസഭ ഈ പ്രശ്നത്തെ അഭിസംബോധന ചെയ്തുകൊണ്ട് വ്യക്തമാക്കുന്നത് 'ബലാത്സംഗം ഉൾപ്പെടെ പെൺകുട്ടികൾക്കു നേരെ നടക്കുന്ന ലൈംഗികാതിക്രമങ്ങളിൽനിന്ന് അവരെ രക്ഷിക്കുന്നതിനുള്ള മാർഗ്ഗം ശൈശവ വിവാഹം അല്ല.' ഈ വർഷത്തെ അന്താരാഷ്ട്ര പെൺശിശുദിനാചരണത്തിന് യുനിസെഫ്, L N Information Centre, L N Women എന്നീ L N ഏജൻസികളാകെ ഈ അഭിപ്രായത്തെ ദൃഢീകരിച്ചു. അപ്പോഴാണ് ഓംപ്രകാശ് ചൗത്താലയുടെ അഭിപ്രായപ്രകടനം. L N

ഏജൻസി പറഞ്ഞ മറ്റൊരു കാര്യം ലോകത്തിലാകെ നടക്കുന്ന ശൈശവ വിവാഹത്തിന്റെ 40 ശതമാനം നടക്കുന്നത് ഇന്ത്യയിലാണെന്നാണ്. പല സംസ്ഥാനങ്ങളിലും പകുതിയിൽ കൂടുതൽ പെൺകുട്ടികളും 18 വയസ്സിനകം വിവാഹിതരാകുന്നു.

ഇന്ത്യയിലെ എല്ലാ സംസ്ഥാനങ്ങളിലും സ്ത്രീകൾക്കും, പെൺകുട്ടികൾക്കും എന്തിനേറെ, ആൺകുട്ടികൾക്കു നേരെ പോലും ലൈംഗികാതിക്രമങ്ങൾ വർദ്ധിക്കുന്നു എന്നത് ഭയാശങ്കകൾ ഉളവാക്കുന്നു. സ്ത്രീകൾക്കിടയിൽ അതുകൊണ്ടുതന്നെ അരക്ഷിതബോധം വളരുന്നു. സുരക്ഷിതമായ ഒരിടവും തങ്ങൾക്ക് ഇല്ലെന്ന ഭയം സ്ത്രീകളെ പിടികൂടുന്നു. വീട്ടിനകത്തും പുറത്തും രക്തബന്ധുക്കളും അന്യരും സ്ത്രീകളെ വേട്ടയാടുന്നു. എപ്പോൾ വേണമെങ്കിലും സ്ത്രീ ലൈംഗികാതിക്രമം എന്ന അപകടത്തിൽപ്പെടാവുന്ന അവസ്ഥ സംജാതമാകുന്നു. ഇത് എന്തുകൊണ്ടാണ്? ഇതിന്റെ കാര്യകാരണങ്ങൾ ആഴത്തിൽ പരിശോധിക്കുന്നതിനു പകരം നേതൃസ്ഥാനങ്ങളിലും ഭരണകേന്ദ്രത്തിലും ഇരിക്കുന്നവർ നടത്തുന്ന പ്രസ്താവനകളാണ് ഏറെ അപകടകരം.

തൃണമൂൽ കോൺഗ്രസിന്റെ ചുരുങ്ങിയ ഭരണകാലയളവിൽത്തന്നെ ബംഗാൾ സ്ത്രീപീഡനത്തിന്റെ കേന്ദ്രമായി. ഇതിനെതിരെ വിമർശനം ഉയരുമ്പോൾ മമത ചൊടിക്കുന്നത് തന്റെ ഗവൺമെന്റിനു നേരെയുള്ള രാഷ്ട്രീയ ഗൂഢാലോചന (Political Conspiracy)യാണെന്നാണ്. സ്ത്രീപീഡനം വർദ്ധിക്കുന്നതിന് മതിയായ കാരണങ്ങളുണ്ട്. വിപണി സംസ്കാരവും അതിലൂടെ ഉല്പാദിപ്പിക്കപ്പെടുന്ന ഉപഭോഗസംസ്കാരവും സ്ത്രീകളെ മോശക്കാരികളാക്കി ഇകഴ്ത്തിക്കാണിക്കുന്നു. പീഡനക്കേസുകൾ ശരിയായ രീതിയിൽ കൈകാര്യം ചെയ്യുന്നില്ല. കുറ്റവാളികളുടെ ശിക്ഷാവിധിയിൽ കോടതി വരുത്തുന്ന കാലതാമസം പൊലീസിന്റെയും സർക്കാരുകളുടെയും നിസ്സംഗതയും നിരുത്തരവാദിത്വവും കർക്കശത്വമില്ലായ്മയുമെല്ലാം അതിക്രമങ്ങൾ വർദ്ധിക്കുന്നതിന് കാരണമാണ്.

ഇത്തരം അതിക്രമങ്ങൾ സ്ത്രീകളെയും കുട്ടികളെയും ശാരീരികമായും മാനസികമായും ഏതവസ്ഥയിലെത്തിക്കുന്നുവെന്ന കാര്യം അധികമൊന്നും വിശകലനവിധേയമാക്കുന്നില്ല. സ്ത്രീക്ക് സ്വന്തം ശരീരത്തിന്മേലുള്ള നിയന്ത്രണാധികാരം പൈശാചികമായി അപഹരിക്കുകയാണ്. സ്ത്രീയെ വസ്തുവല്ക്കരിച്ച് അടിസ്ഥാനമനുഷ്യാവകാശത്തെപ്പോലും നിരാകരിക്കുന്നു. ആത്മാഭിമാനം ഹനിക്കപ്പെടുന്നു. ഏതു പ്രായത്തിലുള്ള സ്ത്രീയെയും ഭോഗവസ്തുവായി മാത്രം കാണുന്ന വീടിനകത്തെ ദീർഘകാലാനുഭവങ്ങൾ സ്ത്രീകളിലുണ്ടാക്കുന്നത് അപകർഷതാബോധവും ആത്മനിന്ദയുമാണ്. വ്യക്തി എന്ന നിലയിൽ തന്റെ അസ്തിത്വത്തിനു നേരെയുള്ള ക്രൂരമായ കൈയേറ്റത്തെ പ്രതിരോധിക്കാൻ സ്ത്രീക്ക് കഴിയാതെ പോകുന്നതിന്റെ സാമൂഹ്യ സാഹചര്യം പരിശോധിക്കുന്നതിനു പകരം കൈയേറ്റത്തിന് കളമൊരുക്കുന്നത് സ്ത്രീ തന്നെയാണെന്ന കുറ്റപ്പെടുത്തലിലേക്ക് തരംതാഴാൻ മടിയില്ലാത്ത നേതൃമാന്യന്മാരും നമ്മുടെ

സമൂഹത്തിലുണ്ട്. ഇത്തരം ഒരു അതിക്രമവുമായി ബന്ധപ്പെട്ട് ആന്ധ്രയിലെ ഡി ജി പി പറഞ്ഞത് സ്ത്രീകളുടെ വസ്ത്രധാരണരീതിയാണ് ഇതിനൊക്കെ ഇടവരുത്തുന്നത് എന്നാണ്. അസാമിലെ ഗുവാഹട്ടിയിൽ ഉണ്ടായ അതിക്രമവുമായി ബന്ധപ്പെട്ട് ദേശീയ വനിതാ കമ്മീഷനംഗവും ഇതേ പരാമർശം നടത്തുകയുണ്ടായി. ശരീരം അടിമുടി ആച്ഛാദനം ചെയ്യുന്ന സ്ത്രീകൾക്കു നേരെ ലൈംഗികാതിക്രമം ഇല്ലെന്നു പറയാൻ ഇവർക്കു കഴിയുമോ?

ക്രൈം റിക്കോർഡ്സ് ബ്യൂറോയുടെ കണക്കുപ്രകാരം ഇന്ത്യയിൽ ഓരോ ഏഴുമിനിറ്റിലും ലൈംഗികാതിക്രമങ്ങൾ നടക്കുന്നുണ്ട്. എണ്ണിത്തിട്ടപ്പെടുത്താൻ കഴിയുന്ന കുറ്റകൃത്യങ്ങളുടെ കണക്കാണിത്. ആഴത്തിലുള്ളതും അദൃശ്യവുമായ വിവേചനങ്ങളും അടിച്ചമർത്തലുകളും ഇന്ത്യൻ സമൂഹത്തിന്റെ എല്ലാ തലങ്ങളിലും വ്യാപിച്ചിരിക്കുന്നു. കൂട്ടബലാത്സംഗങ്ങൾ, ആസിഡാക്രമണം, തട്ടിക്കൊണ്ടുപോയി കൈമാറ്റം ചെയ്യൽ എന്നിവ ആഗോളവല്ക്കരണ കാലഘട്ടത്തിലെ നേർക്കാഴ്ചകളാണ്. ഇപ്പോൾ കേരളം പോലെയുള്ള സംസ്ഥാനങ്ങളിൽ വ്യാപകമാകുന്ന സദാചാര പൊലീസും സ്ത്രീകളെ കൂച്ചുവിലങ്ങിടുന്നുണ്ട്. ഉത്തർപ്രദേശിലെ ബാഗ്പത്തിൽ നാല്പതു വയസ്സിനു താഴെയുള്ള സ്ത്രീകൾ സെൽഫോണുപയോഗിച്ചുകൂടാ എന്നാണ് ആഹ്വാനം. സൈബർ കുറ്റകൃത്യം സ്ത്രീകളല്ല നടത്തുന്നത്. സൈബർ കുറ്റകൃത്യങ്ങളുടെ ഇരകളാണ് സ്ത്രീകളെന്ന സത്യം മൂടപ്പെടുന്നു.

സ്ത്രീപീഡനങ്ങൾ വർത്തമാനകാല സൃഷ്ടിയല്ല. നൂറ്റാണ്ടുകൾ പഴക്കമുള്ള സ്ത്രീയനുഭവമാണത്. ആൺകോയ്മയുടെ അധികാരപ്രയോഗതന്ത്രങ്ങളുടെ ഭാഗമാണ് സ്ത്രീക്ക് നേരെനടക്കുന്ന ഏതൊരു പീഡനവും. അടിമത്തവ്യവസ്ഥയുടെ ആരംഭം തന്നെ സ്ത്രീയിലൂടെയാണെന്നാണ് ചരിത്രം വ്യക്തമാക്കുന്നത്. ഏറ്റവും ആദ്യത്തെ അടിമ സ്ത്രീയാണെന്ന കാര്യം ആഗസ്റ്റ് ബെബലിനെ പോലെയുള്ളവർ വ്യക്തമാക്കുന്നുണ്ട്. സ്ത്രീയുടെ ന്യൂനപക്ഷ പദവിയെ കെയ്റ്റ് മില്ലനും വിശദമാക്കുന്നുണ്ട്. തിരോഭവിച്ച ഫ്യൂഡലിസ്റ്റ് സമൂഹങ്ങളിലും പുരുഷമേധാവിത്വം നിലനിന്നിരുന്നപോലെ ആധുനിക സമൂഹവും ആൺകോയ്മ വ്യവസ്ഥതന്നെയാണ് തുടരുന്നത്. ശാസ്ത്രം, രാഷ്ട്രീയപദവികൾ, സാമ്പത്തികരംഗം, പൊലീസ്, സൈന്യം തുടങ്ങി അധികാരവുമായി ബന്ധപ്പെട്ട എല്ലാ രംഗങ്ങളിലും പുരുഷന്റെ നിയന്ത്രണം ഇന്നും നിലനില്ക്കുന്നു. ഇങ്ങനെയാണ് സ്ത്രീകൾ ന്യൂനപക്ഷപദവിയിലാകുന്നത്. ജീവശാസ്ത്രപരമായി ശാരീരികമായ അതിജീവനശേഷി സ്ത്രീക്കാണുള്ളത്. പക്ഷേ, അവൾ വളർച്ചയുടെ പടവുകൾ പിന്നിടുമ്പോൾ പാവയായി മാറുന്നു. ഇതുകൊണ്ടാണ് സിമോൺ ദ ബുവ്വെ 'ആരും സ്ത്രീയായി ജനിക്കുന്നില്ല, സ്ത്രീയാക്കിതീർക്കുകയാണ്' എന്നു പറയാൻ കാരണം. സമൂഹം നിർണ്ണയിക്കുന്ന സ്ത്രീലിംഗ പദവി അവളുടെ ബലഹീനതയും ബാദ്ധ്യതയുമായി മാറുന്നു. ഇപ്പോളെന്താണ് സ്ഥിതി? ഗ്രാമനഗരഭേദമെന്യേ എവിടെയും സ്ത്രീയൊരു

ബാദ്ധ്യതയാണ്. പെൺകുഞ്ഞിന്റെ ജനനം മാതാപിതാക്കളിൽ ഞെട്ടലുണ്ടാക്കുന്നു. ഇന്ന് പെൺഭ്രൂണഹത്യ ഇന്ത്യയിൽ പെരുകുന്നു. സ്ത്രീ ജനസംഖ്യ തന്നെ വൻതോതിൽ ഇടിയുന്നതായിട്ടാണ് കണക്കുകൾ വ്യക്തമാക്കുന്നത്. ഇപ്പോൾ പുരുഷ-സ്ത്രീ അനുപാതം ചില സംസ്ഥാനങ്ങളിൽ 1000 ന് 914 ആണ്. ഹരിയാന തന്നെ ഏറ്റവും നല്ല ഉദാഹരണമാണ്. ശാരീരികാക്രമണമെന്നപോലെതന്നെ കഠിനമാണ് ഇല്ലായ്മ ചെയ്യലും.

ആധുനിക മുതലാളിത്തത്തിന്റെ ഉയർന്ന രൂപമായ സാമ്രാജ്യത്വവും അത് രൂപകല്പന ചെയ്ത് നടപ്പിലാക്കുന്ന ആഗോളവല്ക്കരണവും അശ്ലീലമായ ഒരു സംസ്കാരം ഉയർത്തിക്കൊണ്ടുവന്നുകഴിഞ്ഞിരിക്കുന്നു. ഈ സംസ്കാരമാകട്ടെ മനുഷ്യനെ ക്രൂരമനസ്കരാക്കുന്നതാണ്. ജീവിതത്തിന്റെ സുഖലോലുപതയെ വെട്ടിപ്പിടിക്കാനുള്ള ധനാർത്തി അത് സൃഷ്ടിക്കുന്നു. ധനം കൊണ്ടുവരുന്ന ഉപഭോഗസംസ്കാരം കൊള്ളയും കൊലയും ലൈംഗികതയും ആഘോഷമാക്കാൻ ആഹ്വാനം ചെയ്യുന്നു. ഈ ആഘോഷങ്ങളുടെ ഇരകൾ സമൂഹത്തിലെ ദുർബ്ബലരാക്കപ്പെട്ടവരും നിശ്ശബ്ദരാക്കപ്പെട്ടവരുമാണ്.

ഈ സാഹചര്യത്തിൽ സ്ത്രീകളല്ല കുറ്റവാളികൾ. വിവാഹപ്രായം കുറയ്ക്കുന്നതുകൊണ്ടോ ഡ്രസ്കോഡ് നിർബ്ബന്ധമാക്കുന്നതുകൊണ്ടോ പ്രശ്നം പരിഹരിക്കപ്പെടുകയില്ല. തൊഴിലാളിയെന്ന നിലയിലും സ്ത്രീ, പൗര എന്നീ നിലകളിലും അവകാശങ്ങൾ നഷ്ടപ്പെടുന്നവരാണ് സ്ത്രീകൾ. കവർന്നെടുക്കപ്പെടുന്ന അവകാശങ്ങൾ വീണ്ടെടുക്കാനുള്ള പോരാട്ടം സ്ത്രീസമൂഹത്തിനായി നടത്തുമ്പോൾതന്നെ രാഷ്ട്രീയസമൂഹം ഈ വിഷയങ്ങളെ അഭിസംബോധന ചെയ്യണം. ഒട്ടേറെ വികസന രാഷ്ട്രീയ സാമൂഹിക പ്രശ്നങ്ങൾ ഏറ്റെടുക്കുന്ന രാഷ്ട്രീയപാർട്ടികൾക്ക് ഈ അവബോധം ഇല്ല. ഇതൊരപവാദം സി പി ഐ (എം) ഈയിടെ അംഗീകരിച്ച രാഷ്ട്രീയപ്രമേയവും തുടർന്ന് ഒക്ടോബർ 30 ന് നടത്തിയ രാജ്യവ്യാപക പ്രചാരണവുമാണ്. ഇടതുപക്ഷസ്ത്രീപക്ഷ വീക്ഷണം വ്യക്തമാക്കിയപ്പോൾതന്നെ ഇന്ന് സ്ത്രീകൾക്ക് നേരെ വർദ്ധിച്ചുവരുന്ന അതിക്രമങ്ങളെ നേരിടുന്നതിന് ശരിയായ നിയമനടപടികൾ വേണം എന്ന കാര്യവും അവർ ചൂണ്ടിക്കാട്ടുകയുണ്ടായി. എന്നാൽ സമൂഹത്തെയാകെ സ്ത്രീപ്രശ്നത്തിന്റെ അവബോധമുണർത്തൽ പ്രവർത്തനം ഇപ്പോഴും പരിമിതമാണെന്നുള്ള യാഥാർത്ഥ്യവുമുണ്ട്.

2

ആത്മനിന്ദയുടെ അതിരുകൾ ഭേദിക്കുമ്പോൾ

സ്ത്രീ പീഡന അനുഭവങ്ങൾ ഹൃദയം പിളർക്കുമ്പോൾ സമൂഹത്തിന് – വിശേഷിച്ചും സ്ത്രീ സമൂഹത്തിന് പ്രതികരിക്കാനാകുമോ? ഒരുകാലത്ത് പെൺവിലാപത്തിന്റെ നേർത്ത ശബ്ദമായും സ്ത്രീ സൃഷ്ടിക്കുന്ന അവിശ്വസനീയമായ കെട്ടുകഥയായും സ്ത്രീ പീഡനങ്ങൾ വ്യാഖ്യാനിക്കപ്പെട്ടിരുന്നു. പൊള്ളലേറ്റു മരണമടഞ്ഞ സ്ത്രീയുടെ മരണകാരണം സ്റ്റൗ പൊട്ടിത്തെറിച്ചതുമൂലമാണെന്ന് വാദിച്ചുനിന്ന സമൂഹത്തോട് അങ്ങനെയല്ല എന്ന് എല്ലാ ശക്തിയും ഉപയോഗിച്ച് വനിതാസംഘടനകൾ പറയുമ്പോഴും അംഗീകരിക്കാൻ പ്രയാസമായിരുന്നു. സ്ത്രീധനത്തിന്റെ പേരിലുള്ള നിരന്തര പീഡനത്തിന്റെ അവസാനം തീ കൊളുത്തി സ്ത്രീകളെ കൊല്ലുന്നതാണെന്ന് സമർത്ഥിക്കാൻ എത്രകാലമെടുത്തു!

സ്ത്രീധനത്തിന്റെ പേരിൽ വീടിനകത്ത് - ശാരീരിക മാനസിക പീഡനങ്ങൾ നടക്കുന്നുണ്ടെന്നും അത് കൊലപാതകത്തിലേക്കും ആത്മഹത്യയിലേക്കും സ്ത്രീകളെ എത്തിക്കുന്നുണ്ടെന്നും മനസ്സില്ലാമനസ്സോടെ സമൂഹത്തിന് സമ്മതിക്കേണ്ടി വന്നു. സ്ത്രീകൾ വ്യാപരിക്കുന്ന എല്ലാ മേഖലകളിലും വിവിധ രീതികളിൽ പീഡനങ്ങൾക്ക് വിധേയരാകേണ്ടിവരുന്നു എന്നകാര്യവും നിരവധി നാളുകളിലെ കഠിന പ്രയത്നത്തിലൂടെ വനിതാ സംഘടനകൾക്ക് തെളിയിക്കാൻ കഴിഞ്ഞു. സമാന്തരമായി തന്നെ ചെറുത്തുനില്പിന്റെ കൂട്ടായ്മകളുടെ ആവശ്യകതയും ശക്തിപ്പെടുത്തി. കൂട്ടായ്മകൾ വിപുലമാക്കാനും സ്ത്രീയുടെ സംരക്ഷണം സാമൂഹ്യ ബാദ്ധ്യതയാണെന്ന ആശയം മുന്നോട്ടു വയ്ക്കുന്നതിനും സ്ത്രീസംഘടനകൾ മുന്നോട്ടുവന്നു.

സ്ത്രീകളെ മുന്നിൽ കണ്ടുകൊണ്ടുള്ള നിയമങ്ങൾ നിലവിൽ ഉള്ളപ്പോഴും നിയമപരിരക്ഷ സ്ത്രീകൾക്ക് അന്യമാണെന്നും, സ്ത്രീ സംര

ക്ഷണ നിയമങ്ങളിലെ പഴുതുകൾ സ്ത്രീകളെ ദ്രോഹിക്കുന്നവർക്ക് രക്ഷാകവചമായി മാറുകയുമാണെന്ന തിരിച്ചറിവിലൂടെ ശക്തമായ സ്ത്രീസംരക്ഷണ നിയമങ്ങൾക്കുവേണ്ടിയുള്ള പോരാട്ടമാണ് എൺപതുകളിൽ ഉയർന്നുവരുന്നതായി ഇന്ത്യ കണ്ടത്. ബലാത്സംഗനിയമം വിശദാംശങ്ങളോടെ കുറേക്കൂടി ശക്തിപ്പെടുത്തി. ഗാർഹിക പീഡനനിയമം ഉണ്ടായി. 498 എ വകുപ്പിന്റെ പ്രയോഗം നിലവിൽ വന്നു. 498 എ വകുപ്പുതന്നെ അപര്യാപ്തമാണെന്ന അനുഭവജ്ഞാനം ഗാർഹിക പീഡന നിരോധനനിയമം 2005 ലേക്കെത്തിച്ചു. ബലാത്സംഗക്കേസിൽ തെളിവു നിയമത്തിൽ മാറ്റം വരുത്തി, ബലാത്സംഗം നടന്നില്ല എന്ന് തെളിയിക്കേണ്ട ബാദ്ധ്യത കുറ്റാരോപിതനായ പ്രതിയിൽ നിക്ഷിപ്തമാകുകയും, സ്ത്രീയുടെ മൊഴിക്ക് പ്രാധാന്യം കിട്ടുകയും ചെയ്തു. കുറ്റത്തിന്റെ ഗൗരവം അനുസരിച്ച് 7 വർഷം മുതൽ 10 വർഷം വരെ തടവുശിക്ഷയും കഠിനശിക്ഷയും ഉറപ്പാക്കി. കുപ്രസിദ്ധമായ മഥുരാക്കേസാണ് ഇതിന് വഴിവച്ചത്.

പുരുഷൻ സ്ത്രീയോട് കരചരണാദി അവയവങ്ങൾകൊണ്ട് അശ്ലീല ആംഗ്യഭാഷ കാണിച്ചാൽപ്പോലും ശിക്ഷാർഹമാണെന്ന് പ്രഖ്യാപിക്കപ്പെട്ടു. വിഖ്യാതമായ വൈശാഖാകേസ് തൊഴിലിടങ്ങളിലും പീഡനമുണ്ടെന്നും, നടപടി വേണമെന്നുമുള്ള നിർദ്ദേശങ്ങളിലേക്കെത്തിച്ചു. സ്ത്രീ കുറ്റവാളിയായാലും - കൊലപാതകിയായാൽപ്പോലും സ്ത്രീയുടെ പൊലീസ് കസ്റ്റഡി എങ്ങനെയായിരിക്കണം എന്ന് തീർപ്പുണ്ടായി. ഇങ്ങനെ 80 കളുടെ ആരംഭം മുതൽ സ്ത്രീസംരക്ഷണ നിയമങ്ങൾ ഒന്നൊന്നായി നിർവ്വചിക്കപ്പെട്ടു. സംരക്ഷണ നിയമങ്ങളുടെ പിൻബലം ഉണ്ടെന്ന വിശ്വാസത്തോടെ നിരവധി സ്ത്രീപ്രശ്നങ്ങളിൽ ഇടപെടാനുള്ള ആത്മവിശ്വാസം സ്ത്രീസംഘടനകൾക്കുണ്ടായി.

മൂന്ന് ദശകങ്ങൾ കടന്ന് ഇവിടെ എത്തുമ്പോൾ സ്ത്രീസമൂഹത്തിന്റെ മാനസികാവസ്ഥ എന്താണ്? സ്ത്രീകളുടെ നിലനില്പിന്റെ സാഹചര്യം തന്നെ അതികഠിനമാണ്. ഇന്ന് അരക്ഷിതബോധത്തിന്റെ അതിശക്തമായ വലയത്തിനകത്ത് സ്ത്രീ എത്തപ്പെട്ടിരിക്കുന്നു. അദൃശ്യവും ആഴത്തിലുള്ളതുമായ വിവേചനങ്ങൾക്കും അടിച്ചമർത്തലുകൾക്കും നിരവധി നൂറ്റാണ്ടുകളുടെ പഴക്കമുണ്ട്. അതിന്റെ മൂലകാരണം ഫ്യൂഡലിസ്റ്റ് ധാരണകളും ആധുനികമുതലാളിത്ത സംസ്കാരത്തിന്റെ പരിസരങ്ങളുമാണ്. സമൂഹത്തിന്റെ ഫ്യൂഡൽ ധാരണകളെയും, നാടുവാഴി മനോഭാവത്തെയും സമ്പുഷ്ടീകരിക്കുന്നതിലാണ് നവലിബറൽ നയങ്ങളുടെ സാഹചര്യങ്ങൾ സഹായിക്കുന്നത്. അതുകൊണ്ടാണ് ഞെട്ടിപ്പിക്കുന്ന സ്ത്രീപീഡനങ്ങളെ അപലപിക്കാൻ സമൂഹകൂട്ടായ്മകൾ ഉയർന്നുവരുമ്പോൾ മതങ്ങളുടെയും ജാതിസംഘടനകളുടെയും ധിക്കാരപരമായ ഇടപെടലുകൾ ഉണ്ടാകുന്നത്.

ഡിസംബർ 16 ന് ഡൽഹിയിൽ ബസിൽ യാത്ര ചെയ്യുന്നതിനിടെ പാരാമെഡിക്കൽ വിദ്യാർത്ഥിനിയായിരുന്ന ഇരുപത്തിമൂന്നുകാരി ജ്യോതി സിങ്ങിനെ പൈശാചികമായി ആക്രമിച്ച് ബലാത്സംഗം ചെയ്ത സംഭവം ഇന്ത്യയെ ആകെ ഒരു വൈകാരിക തലത്തിലേക്കുയർത്തുകയുണ്ടായി.

സമാന സ്വഭാവമുള്ള ഒട്ടേറെ സംഭവങ്ങൾ അതിനു മുമ്പും ശേഷവും ഉണ്ടായിട്ടുണ്ടെങ്കിലും പ്രസ്തുത സംഭവത്തെ അപലപിക്കാത്തവർ ഇല്ല. കഴിഞ്ഞ 30 കൊല്ലത്തെ കാര്യം പോകട്ടെ. ഇക്കഴിഞ്ഞ 2010-2013 കാലയളവിൽ രാജ്യത്തിന്റെ വിവിധ ഭാഗങ്ങളിലായി 228000 ലധികം അതിക്രമ സംഭവങ്ങൾ സ്ത്രീകൾക്കു നേരെ ഉണ്ടായിട്ടുണ്ട്. നാളിതുവരെ ഇത്തരം സംഭവങ്ങളിൽ പ്രതികരിക്കാത്ത നിരവധി വ്യക്തികളും സംഘടനകളും സ്ഥാപനങ്ങളും രംഗത്തുവന്നു. കന്യാസ്ത്രീകൾ മാനഭംഗം ചെയ്യപ്പെട്ടപ്പോൾപോലും രംഗത്തിറങ്ങാത്ത കന്യാസ്ത്രീകളും, സ്കൂളധികൃതരടക്കം പ്രതിഷേധവുമായി തങ്ങളുടെ അധീനതയിലുള്ള കുട്ടികളോടൊപ്പം ദൽഹി സംഭവത്തിനെതിരെ രംഗത്തു വന്നു. ഫെയ്സ്ബുക്ക് കൂട്ടായ്മയിലൂടെ മദ്ധ്യവർത്തി യുവസമൂഹവും സാമ്പ്രദായികമായി പ്രവർത്തിക്കുന്ന സംഘടനകളിലെ ദശലക്ഷക്കണക്കിന് സ്ത്രീപുരുഷന്മാരും പ്രതിഷേധവുമായി രംഗത്തുവന്നു.

അധികാര കേന്ദ്രങ്ങളിലിരിക്കുന്നവർക്കും വായ പൊളിക്കാതെ നിവൃത്തിയില്ലാതായി. അപ്പോഴാണ് ബി ജെ പിയുടെയും ആർ എസ് എസിന്റെയും ചില നേതാക്കന്മാർ സ്ത്രീകളെത്തന്നെ പ്രതിക്കൂട്ടിൽ നിർത്താൻ രംഗത്ത് വന്നത്. അസമിലെ ഒരു ക്യാബിനറ്റിൽ മന്ത്രി പറഞ്ഞത് സ്ത്രീകളുടെ വസ്ത്രധാരണരീതിമൂലമാണ് ഇത്തരം സംഭവങ്ങൾ ഉണ്ടാകുന്നതെന്നാണ്. പാൽമണം മാറാത്ത പിഞ്ചുകുഞ്ഞിനേയും, തൊണ്ണൂറു കഴിഞ്ഞ മുത്തശ്ശിയേയും, അടിമുടി പർദ്ദ ധരിച്ചിട്ടും മുസ്ലീംസ്ത്രീകളേയും എന്തിനേറെ മൃതദേഹത്തെപ്പോലും ഭോഗിക്കുന്നതിന് എന്ത് വസ്ത്രധാരണത്തെയാണ് അപലപിക്കേണ്ടത്? മറ്റൊരു ആർ എസ് എസ് തലവൻ പറഞ്ഞത് സ്ത്രീകൾ ലക്ഷ്മണരേഖ ലംഘിക്കുന്നതുകൊണ്ടാണ് ഇത്തരം ദുരനുഭവങ്ങൾ ഉണ്ടാകുന്നത് എന്നാണ്. സീത ലക്ഷ്മണരേഖ ലംഘിച്ചതുകൊണ്ടാണ് രാവണൻ തട്ടിക്കൊണ്ടുപോയത് എന്നും ഈ ജാതിസംഘടനാ നേതാവ് പറയുകയുണ്ടായി. മോഹൻ ഭഗത് എന്ന ബി ജെ പി നേതാവ് കുറച്ചുകൂടി കടത്തിപ്പറഞ്ഞത് സ്ത്രീ ഭർത്താവിനെയും കുടുംബത്തെയും നോക്കി വീട്ടിനകത്ത് ഇരിക്കുന്നത് നല്ലതെന്നാണ്. രണ്ടുമാസങ്ങൾക്കുമുമ്പ് ഹരിയാനയിൽ പെൺകുട്ടികൾക്ക് നേരെയുണ്ടായ ലൈംഗികപീഡന-കൊലപാതക പരമ്പരകൾ വിവാദമായപ്പോൾ കോൺഗ്രസ് നേതാവ് ചൗത്താല പറഞ്ഞത് പെൺകുട്ടികളുടെ വിവാഹപ്രായം കുറച്ചാൽ പ്രശ്നം തീരുമെന്നാണ്. ഇതിനെല്ലാം ബലപ്പെടുത്തുമാറ് ആനന്ദ് റാം എന്ന ആൾദൈവവും രംഗത്തുവന്നു.

ഇത്തരം പ്രസ്താവനകൾ മതജാതി സംഘടന തലപ്പത്തിരിക്കുന്നവരുടെ സ്ത്രീവിരുദ്ധ മനോഭാവമാണ് പ്രകടമാക്കുന്നത്. ഫാസിസത്തിന്റേതായ ഹിറ്റ്ലേറിയൻ സ്വഭാവവും മതമൗലികരുടെ താലിബാൻ സ്വഭാവവും ഈ കാലഘട്ടത്തിലും പ്രകടമാക്കുന്ന മതബോധം ധിക്കാരത്തിന്റേതാണ്. ആഗോളവല്ക്കരണ കാലഘട്ടത്തിൽ ഈ ധിക്കാരം കൂടുതൽ ശക്തിപ്പെടുന്ന സ്ഥിതിവിശേഷമാണ് ഉള്ളത്. ഇന്ത്യയിൽ *ശരീയത്ത്* നട

പ്പിലാക്കാൻ താലിബാന്റെ നേതൃത്വത്തിൽ പരിശീലനം നടത്തുന്നു എന്ന പേടിപ്പിക്കുന്ന വാർത്തകൾ പുറത്തുവന്നിട്ടുണ്ട്. *ശരീയത്ത്* തികച്ചും സ്ത്രീവിരുദ്ധമാണ്.

വീടിനകത്തെ കഠിനാദ്ധ്വാനത്തിൽനിന്നും മുക്തയല്ലെങ്കിലും വീടിനകത്തെ സാങ്കല്പിക ലക്ഷ്മണരേഖയ്ക്കകത്ത് ദീർഘകാല ജീവിതാനുഭവങ്ങൾ സൃഷ്ടിക്കുന്ന അപകർഷതാബോധത്തിന്റേയും അധികാരമില്ലായ്മയുടേയും ആത്മനിന്ദയുടേയും അതിരുകൾ ലംഘിച്ച സ്ത്രീ വീടിനു പുറത്തിറങ്ങുന്നത് യാഥാർത്ഥ്യമായിക്കൊണ്ടിരിക്കുകയാണ്. അവൾ പുറത്തിറങ്ങുന്നത് പൊതുസമൂഹത്തിൽ ഇടപെടാനാണ്. സാമ്പത്തികമേഖലയിലും രാഷ്ട്രീയ സാമൂഹികമേഖലകളിലും ഇടപെടുന്ന പ്രവണത ക്രമാനുഗതമായി ശക്തിപ്പെടുന്നുണ്ട്. എല്ലാത്തരം കൂട്ടായ്മകളിലും വനിതാവകാശ സമരങ്ങളിലും സ്ത്രീപങ്കാളിത്തം വർദ്ധിക്കുന്നതിലൂടെ മുഖ്യധാരയിലേക്കുള്ള സ്ത്രീപ്രവേശനത്തിന്റെ സാദ്ധ്യത തെളിയുകയാണ്.

ഇന്ത്യയിൽ സ്ത്രീമുന്നേറ്റത്തിന് തടസ്സം നില്ക്കുന്ന ജാതിവ്യവസ്ഥയുടെ പിൻബലത്തോടെ വളർന്ന ഫ്യൂഡലിസ്റ്റ് ആശയങ്ങളുടെ ഇടപെടൽ ഇന്നും കുറച്ചുകാണാൻ കഴിയില്ല. ജാതിവ്യവസ്ഥയെ തിരിച്ചുകൊണ്ടുവരാനുള്ള പരിശ്രമങ്ങൾ നടക്കുകയും ചെയ്യുന്നു. സ്ത്രീപീഡനങ്ങളും ദുർബ്ബലവിഭാഗങ്ങളോടുള്ള വിവേചനവും ശക്തിപ്പെടുമ്പോഴും അടിവേരുകൾ കണ്ടെത്താനും പിഴുതെറിയാനുമുള്ള പരിശ്രമങ്ങൾ വേണ്ടത്ര നടക്കുന്നില്ല.

പീഡന സംഭവങ്ങളിൽ പ്രതികരിക്കുന്ന സംഘങ്ങൾ പലതും ഉപരിവിപ്ലവമായി വിഷയങ്ങളെ കാണുകയും, പുരുഷവിദ്വേഷം ജനിപ്പിക്കുകയും ചെയ്യുന്നു. രണ്ടു ലിംഗവിഭാഗങ്ങളെ ശത്രുപാളയങ്ങളിലാക്കുന്ന ശ്രമത്തിന്റെ മറ്റൊരു തലമാണ് ജമാ അത്തെ ഇസ്ലാമിയുടെ നിർദ്ദേശങ്ങളിൽ പ്രകടമാക്കുന്നത്. ആണും പെണ്ണും ഒരു മേഖലയിലും സഹവസിച്ചുകൂടാ എന്നും പ്രാഥമികതലം മുതൽ ഉന്നതതലം വരെ വിദ്യാഭ്യാസം പെൺകുട്ടികൾക്കായി പ്രത്യേകം സംവിധാനം ചെയ്യണമെന്നുമുള്ള കാഴ്ചപ്പാട് യഥാർത്ഥത്തിൽ അസമത്വം ഊട്ടിയുറപ്പിക്കാനും ലൈംഗിക അരാജകത്വം അരക്കിട്ടുറപ്പിക്കാനുമേ ഉതകൂ. രക്തബന്ധമില്ലാത്ത ആണും പെണ്ണും ഒരുമിച്ചു പെരുമാറുന്നതിന് ഒരു പാപബോധംതന്നെ മതസമൂഹങ്ങൾ കുട്ടിക്കാലംമുതലേ കുത്തിവയ്ക്കുന്നുണ്ട്. ഒരു തിരിച്ചറിവുമില്ലാത്ത നിഷ്കളങ്കബാല്യത്തിൽ പോലും ബാലികാബാലന്മാർ ഒരുമിച്ച് ഒരേ ബഞ്ചിൽ ഇരിക്കാനനുവദിക്കാതെ വേർതിരിച്ചിരുത്തുന്ന എത്രയോ സ്കൂളുകൾ നമ്മുടെ കേരളത്തിലുണ്ട്. അകന്നു പോകുന്നതിനെ എത്തിപ്പിടിക്കാനും നിഷിദ്ധമായതിനെ കവർന്നെടുക്കാനുമുള്ള അഭിവാഞ്ഛ ജന്മസിദ്ധമായി അധികാരബോധമുള്ള പുരുഷനിൽ കുടിയിരിക്കുന്നുണ്ട്. എല്ലാ പുരുഷന്മാരും കടന്നാക്രമണത്തിന് തയ്യാറാകാത്തത് അവനെ പിടിച്ചുവലിക്കുന്ന എന്തൊക്കെയോയാണ്. അത് മൂല്യബോധമാവാം. അല്ലെങ്കിൽ സമൂഹഭയമാകാം.

'എല്ലാവരും സഹോദരീ സഹോദരന്മാരാണെന്ന്' യാന്ത്രികമായി പറഞ്ഞിട്ടു കാര്യമില്ല. ഒരേ സീറ്റിൽ അടുത്തിരുന്ന് യാത്ര ചെയ്യുമ്പോഴും പര

സ്പരം ബഹുമാനം വേണ്ടവരാണെന്നും, മനസ്സിൽ ഒരു നിശ്ചിത അകലം പാലിക്കേണ്ടവരാണെന്നും ഉള്ള ചിന്ത നവീകരിക്കപ്പെട്ട മനസ്സുകൾക്കേ ഉണ്ടാകൂ. പക്ഷേ, ഇന്ന് സ്ത്രീ സ്വന്തം കുടുംബത്തിലുള്ള പുരുഷന്മാരെപ്പോലും അവിശ്വസിക്കുന്ന മാനസികാവസ്ഥയിലായിരിക്കുന്നു. ഇതൊരു ദുരവസ്ഥയാണ്. വിദ്യാഭ്യാസം അനിവാര്യമായ ഈ ആധുനിക കാലത്ത് ലൈംഗിക വിദ്യാഭ്യാസത്തിന്റെ പ്രസക്തി വർദ്ധിക്കുകയാണ്. ലൈംഗികത പാപമാണെന്ന ബോധം കുത്തിവയ്ക്കുന്നതിൽ മതങ്ങൾ നല്ല പങ്കുവഹിച്ചിട്ടുണ്ട്. ലൈംഗികത നൈസർഗ്ഗികമാണെന്ന ധാരണയും അതേസമയം അതിന്റെ പരിധി എന്താണെന്നും പുതിയ തലമുറയിലെ കുട്ടികൾ പഠിച്ചേ മതിയാകൂ. അതിന് ഇന്നത്തെ ജാതിമേധാവിത്തസംസ്കാരം തച്ചുടച്ചേ മതിയാവൂ.

3

സ്ത്രീയും അധികാരവും

കാവ്യേഷു നാടകം രമ്യം
നാടകേഷു ശാകുന്തളം
ശാകുന്തളേ ചതുർത്ഥേ*f*ങ്കേ
തത്ര ശ്ലോക ചതുഷ്ടയഃ

കാവ്യങ്ങളിൽ നാടകമാണ് രമ്യമായത്! നാടകങ്ങളിൽ വച്ച് *ശാകുന്തള*വും. *ശാകുന്തള*ത്തിലെ നാലാമങ്കവും, നാലാമങ്കത്തിലെ ശ്ലോക ചതുഷ്ടയങ്ങളുമാണ് ഇന്ത്യൻ ക്ലാസിക്കുകളിലെ അതിമഹത്തും, അതീവ രമണീയവും എന്ന് ഖ്യാതി. *ശാകുന്തള*ത്തിന്റെ നാലാമങ്കം ദുഷ്യന്ത രാജധാനിയിലേക്കുള്ള ശകുന്തളയുടെ യാത്രയയപ്പുരംഗമാണ്. ഗാന്ധർവ്വ വിവാഹിതയായ ശകുന്തളയെ സ്വഗൃഹത്തിലേക്ക് കൂട്ടിക്കൊണ്ടുപോകാൻ കാലമേറെ ചെന്നിട്ടും വരാതിരുന്ന ദുഷ്യന്തന്റെ രാജധാനിയിലേക്കു മകളെ പറഞ്ഞുവിടാൻ ഒരുങ്ങുന്ന കണ്വമഹർഷി ദുസ്സഹമായ വേർപാടിന്റെ വേദന കൊണ്ട് പുളയുന്ന വളർത്തുമകൾ ശകുന്തളയ്ക്ക് നല്കുന്ന ഉപദേശങ്ങളാണ് ഈ ശ്ലോകങ്ങൾ. അതിൽ ഒരു ശ്ലോകം ഇങ്ങനെ:

ഭർത്താവുള്ളോരബല സതിയായീടിലും ബന്ധുഗേഹേ
നിത്യം പാർത്താൽ ജനമിഹമറിച്ചോർക്കുമെന്നുള്ളമൂലം
അസ്ത സ്നേഹം സ്വപതി പെരുമാറീടിലും തത്സമീപേ
വർത്തിക്കേണം വനിതയതിനാം ബാന്ധവർക്കുള്ളിൽ മോഹം

ഭർത്തൃമതിയായ സ്ത്രീ എത്ര പതിവ്രതയായാലും അച്ഛന്റെ വീട്ടിൽ താമസിച്ചാൽ പൊതുജനം തെറ്റിദ്ധരിക്കുമെന്നതിനാൽ, ഭർത്താവ് സ്നേഹശൂന്യനായാലും അവന്റെയടുത്താണ് ഭാര്യ ജീവിക്കേണ്ടത്. സ്ത്രീകൾ അതിനുള്ളതാണ്. ബന്ധുക്കളുടെ ആഗ്രഹം അതാണ്. കാളിദാസൻ ജീവി

ച്ചിരുന്നോ, ഇല്ലയോ? ഏതു കാലഘട്ടത്തിലാണ് എന്നുള്ളതല്ല പ്രശ്നം. *ശാകുന്തളം* കൃതി ഒരു യാഥാർത്ഥ്യമാണ്.

നൂറ്റാണ്ടുകൾക്കപ്പുറത്തും സ്ത്രീക്ക് കല്പിതമായ ജീവിതസദാചാരമാണ് പ്രസ്തുത ശ്ലോകം പ്രതിഫലിപ്പിക്കുന്നത്. 21-ാം നൂറ്റാണ്ടിന്റെ രണ്ടാം ഭാഗത്തിലും സ്ത്രീയുടെ നിലയ്ക്ക് മാറ്റം വന്നിട്ടില്ലെന്നുള്ളത് പരമമായ സത്യമാണ്. നൂറ്റാണ്ടുകളിലൂടെ അരക്കിട്ടുറപ്പിക്കപ്പെട്ട ഫ്യൂഡലിസ്റ്റ് സാമൂഹ്യബന്ധങ്ങൾ ഉയർത്തിവിട്ട സ്ത്രീവിരുദ്ധമായ മൗലികവാദങ്ങളുടെ സ്വാധീനം ഇന്നും നിലനില്ക്കുകയാണ്. ഈ ചിന്തകൾ രൂപംകൊടുത്തത് വ്യവസ്ഥയ്ക്കകത്തെ പുരുഷകേന്ദ്രീകൃത അധികാരമാണ്. ആഗോളവല്ക്കരണമാകട്ടെ നാളിതുവരെ മനസ്സിലാക്കപ്പെട്ട, സ്ത്രീകൾ അഭിമുഖീകരിക്കുന്ന പ്രശ്നങ്ങൾ പുതിയ രൂപഭാവങ്ങളിൽ ശക്തിപ്പെടുത്തുകയാണ്. സ്ത്രീ, തൊഴിലാളി, പൗര എന്നീ നിലകളിൽ ചൂഷണം ചെയ്യപ്പെടുന്ന സ്ത്രീ അവസ്ഥയ്ക്ക് ഇന്നും വലിയ മാറ്റം ഉണ്ടാക്കാൻ കഴിഞ്ഞിട്ടുമില്ല.

19-ാം നൂറ്റാണ്ടുമുതൽ ഉണ്ടായിട്ടുള്ള ഒരു മാറ്റം തങ്ങൾക്ക് പ്രതികൂലമായതും പുരോഗതിക്ക് തടസ്സമായതുമായ സാഹചര്യങ്ങളുടെ രാഷ്ട്രീയ സാമൂഹ്യ സാമ്പത്തിക സ്വഭാവം സംബന്ധിച്ച തിരിച്ചറിവിലേക്ക് സ്ത്രീസമൂഹം എത്തിക്കൊണ്ടിരിക്കുന്നു എന്നതാണ്. സ്ത്രീ മുന്നേറ്റത്തിന് തടസ്സമായി നില്ക്കുന്ന സാഹചര്യങ്ങളെ മുറിച്ചു കടക്കാൻ ബോധപൂർവ്വമായ ഇടപെടൽ ഉണ്ടാകണം. അവസരങ്ങളും സ്ത്രീകൾക്ക് ധാരാളമായി ഉണ്ടാകണം. ആരോഗ്യ വിദ്യാഭ്യാസ തൊഴിൽ മേഖലകളിൽ, തീരുമാനത്തിൽ, ഭരണ രാഷ്ട്രീയ മേഖലകളിൽ എല്ലാം പുരുഷനു തുല്യമായ അവസരങ്ങൾ സ്ത്രീക്ക് ലഭിക്കണം എന്നും സ്ത്രീ സമൂഹം ചിന്തിച്ചു തുടങ്ങി.

സ്വാതന്ത്ര്യം കിട്ടി അരനൂറ്റാണ്ട് കഴിഞ്ഞാണ് ഭരണഘടനാ ഭേദഗതിയോടെ പ്രാദേശിക ഭരണസ്ഥാപനങ്ങളിൽ 1/3 സ്ത്രീകൾക്ക് പ്രവേശിക്കാനുള്ള അനുവാദം നിയമ വിധേയമാക്കപ്പെട്ടത്. അതുവരെ, അതായത് അരനൂറ്റാണ്ടുകാലം, പുരുഷന്മാർക്ക് അധികാരത്തിൽ കയറാൻ വോട്ടു ചെയ്യാനുള്ള യന്ത്രങ്ങൾ മാത്രമായിരുന്നു സ്ത്രീകൾ. സ്ത്രീക്ക് അവസരം കിട്ടുക എന്നുപറഞ്ഞാൽ പുരുഷന് കുറച്ച് അവസരങ്ങൾ നഷ്ടപ്പെടുക എന്നതാണ്. അതുകൊണ്ടാണ് സ്ത്രീ അധികാരം കൈയാളാൻ ശേഷിയുള്ളവളാണോ എന്ന സംശയം സമൂഹത്തിലാകെ വെള്ളത്തിൽ എണ്ണ പോലെ പരന്നു കിടക്കുന്നത്. സ്ത്രീയുടെ അധികാരപ്രവേശം കേരളം സുമനസ്സോടെ സ്വീകരിച്ചപ്പോൾ വടക്കേ ഇന്ത്യൻ സംസ്ഥാനങ്ങളിൽ സ്ഥിതി മറിച്ചായിരുന്നു. ഇടതുപക്ഷ സ്വാധീനം ശക്തമായ കേരളത്തിൽ ആദ്യടേമിൽ തന്നെ 33 ശതമാനത്തിൽ കൂടുതൽ സ്ത്രീകൾ ജനപ്രതിനിധികളായി.

ചരിത്രപരമായ കാരണങ്ങളാൽ ജാതിമത സാമുദായികാടിസ്ഥാനത്തിൽ വിഭജിക്കപ്പെട്ട സമൂഹത്തിൽ ഫ്യൂഡൽ സാമൂഹ്യബന്ധങ്ങൾ ശക്തമായി നിലനില്ക്കുന്നതിന്റെ ഫലമായി ജാതി പഞ്ചായത്തുകളിന്നും ഉണ്ട്. ജാതി പഞ്ചായത്തുകൾ അടക്കി ഭരിക്കുന്നത് സവർണ്ണമേധാവികളാണ്.

ഹരിയാന, ബീഹാർ, മദ്ധ്യപ്രദേശ്, യു പി തുടങ്ങിയ സംസ്ഥാനങ്ങളിൽ നിയമപരമായി തെരഞ്ഞെടുക്കപ്പെട്ട വനിതാ പഞ്ചായത്തു പ്രസിഡന്റിന് സവർണ്ണനായ പഞ്ചായത്തു മെമ്പറുടെ മുമ്പിൽ കസേരയിൽ ഇരിക്കാൻ അനുവാദമില്ല. ജാതിവ്യവസ്ഥയ്ക്കു പോറലേല്പിക്കാതെയും ഭൂവുടമാ ബന്ധത്തിൽ മാറ്റം വരുത്താതെയും സാമൂഹ്യമായ പിന്നോക്കാവസ്ഥ മാറുകയില്ല. സ്ത്രീയുടെ കാര്യശേഷിയെ അംഗീകരിക്കാൻ കഴിയുകയില്ല. അധികാരം പങ്കുവയ്ക്കാനുള്ള മനസ്സില്ലായ്മ പാർലമെന്റിൽ തന്നെ പരസ്യമായി നിർലജ്ജം പ്രസ്താവിക്കുന്നതിന് പല പാർലമെന്റ് മെമ്പർമാർക്കും മടിയില്ല എന്നത് സമീപകാലത്തുപോലും നമ്മൾ കണ്ടതാണ്.

സ്ത്രീകൾ അധികാരത്തിൽ വന്നതുകൊണ്ട് എന്താണ് നേട്ടം?

ഒട്ടേറെ സാമൂഹ്യമാറ്റങ്ങൾക്ക് ഇടം കിട്ടിയ കേരളത്തിൽപ്പോലും പൊതുമണ്ഡലത്തിലേക്ക് കാലുവയ്ക്കാൻ സ്ത്രീയെ പ്രേരിപ്പിച്ചത് സംവരണത്തിലൂടെ ലഭിച്ച അവസരമാണ്. പ്രാദേശിക ഭരണരംഗത്ത് ഒരു ദശകം പിന്നിട്ട കേരളത്തിലെ സ്ത്രീകൾക്ക് വലിയ തോതിൽ ആത്മവിശ്വാസം സംഭരിക്കാൻ കഴിഞ്ഞിട്ടുണ്ട്. സാമൂഹ്യ രാഷ്ട്രീയ പ്രവർത്തനങ്ങളിലൂടെ ഭരണരംഗത്തേക്ക് പ്രവേശിച്ചവരല്ല കേരളത്തിലെ സ്ത്രീകൾ. ആ കുറവ് ഉണ്ടെന്ന് സമ്മതിക്കാതെ തരമില്ല. എന്നിരിക്കിലും ജനപ്രതിനിധികൾ എന്ന നിലയിൽ ആദ്യ ടേമിനേക്കാൾ മികച്ച പ്രകടനമാണ് രണ്ടാം ഘട്ടത്തിൽ കേരളത്തിലെ സ്ത്രീകൾ പ്രകടിപ്പിച്ചത്.

1980 കളിൽ ചർച്ചകളിലൂടെ ഉയർത്തിക്കൊണ്ടുവന്നതും 1990 കളിൽ പ്രയോഗത്തിൽ വരുത്തിയതുമായ ജനകീയാസൂത്രണവും അതു ഫലവത്താക്കിയ അധികാരവികേന്ദ്രീകരണവും ഉണ്ടാക്കിയ ഊർജ്ജം ഉപയോഗിച്ചു രംഗത്തിറങ്ങാൻ സ്ത്രീകൾക്കു പ്രേരണയായിട്ടുണ്ട്. ജനകീയാസൂത്രണ നടത്തിപ്പുമായി ബന്ധപ്പെട്ട് നല്കിയ പരിശീലന ക്ലാസുകളിലൂടെ പ്രവർത്തനസജ്ജരായ സ്ത്രീകളായ റിസോഴ്സ് പേഴ്സന്മാരുടെ സേവനവും പ്രവർത്തനവും സ്വയം ശക്തിപ്പെടാൻ സ്ത്രീകളെ സഹായിച്ചു.

ഇപ്പോഴാകട്ടെ കേരളത്തിൽ പ്രാദേശിക ഭരണസ്ഥാപനങ്ങളിൽ സ്ത്രീകൾക്ക് അമ്പതു ശതമാനം അനുവദിച്ചിരിക്കുകയാണ്. ഭരണരംഗത്ത് സ്ത്രീകൾ കാര്യക്ഷമമായി പ്രവർത്തിച്ചു എന്നതിന്റെ അംഗീകാരമാണ് യഥാർത്ഥത്തിൽ 50 ശതമാനം. പാർലമെന്റിലും നിയമസഭയിലും 33 ശതമാനത്തിന്റെ നിയമം പാസാക്കാൻ കൂട്ടാക്കാത്ത ഭരണവർഗ്ഗം കുടിയിരിക്കുന്ന ഇന്ത്യാ മഹാരാജ്യത്ത് കേരളത്തിന്റെ രാഷ്ട്രീയ ബോധത്തിന് നല്ല മൈലേജ് ലഭിച്ച തീരുമാനമാണത്. ഇടതുപക്ഷ ജനാധിപത്യമുന്നണിയുടെ രാഷ്ട്രീയ ഇച്ഛാശക്തിയുടെ ഫലം കൂടിയാണ് ഈ പ്രഖ്യാപനത്തിലൂടെ പ്രകടമാകുന്നത്. കൃത്യം 50 ശതമാനം അല്ല, 50 ശതമാനത്തിലധികം സ്ത്രീകൾ സെപ്തംബറിൽ നടക്കുന്ന തെരഞ്ഞെടുപ്പിൽ ലോക്കൽ ഗവണ്മെന്റുകളിൽ വരാൻ പോകുകയാണ്. ഇത്രയും സ്ത്രീകളെ എവിടെ കണ്ടെത്തും എന്ന ആശങ്ക പലരും പ്രകടിപ്പിക്കുന്നതായി കേട്ടിട്ടുണ്ട്.

കേരളാ വികസനത്തിന്റെ മാതൃകകളിൽ ഒന്ന് സ്ത്രീ ജനസംഖ്യയുടെ ഒന്നാം സ്ഥാനമാണ്. ഇതര സംസ്ഥാനങ്ങളെ അപേക്ഷിച്ച് ആരോഗ്യ വിദ്യാഭ്യാസ മേഖലകളിലും സ്ത്രീയുടെ നില കേരളത്തിൽ മെച്ചപ്പെട്ടതാണ്. എന്നാൽ അതിനനുസരിച്ച് സ്ത്രീയുടെ പദവി ഉയർന്ന നിലവാരത്തിൽ എത്തിയിട്ടില്ല എന്ന വസ്തുതയും നിഷേധിക്കാവുന്നതല്ല. രാഷ്ട്രീയ സാമൂഹ്യ സാമ്പത്തിക മണ്ഡലങ്ങളിലെ സാന്നിദ്ധ്യം ശക്തമാക്കുന്നതിലൂടെ മാത്രമേ അവസരസമത്വം ആസ്വദനീയമാകൂ. കേരളത്തിൽ പോലും സ്ത്രീകളുടെ രാഷ്ട്രീയ പ്രവേശം സാവധാനത്തിലാണ്. എന്നാൽ കഴിഞ്ഞ കാലങ്ങളെ അപേക്ഷിച്ച് സ്ത്രീകളുടെ സംഖ്യ രാഷ്ട്രീയ പാർട്ടികളിൽ വർദ്ധിക്കുന്നുണ്ട്. അനുയായികളും മെമ്പർമാരുമായി സ്ത്രീകൾ ഇടതുപക്ഷ പാർട്ടികളിലടക്കം മുന്നേറുന്നുണ്ട്.

അധികാര പ്രവേശനം തീർച്ചയായും സ്ത്രീകളുടെ പദവിക്ക് മാറ്റം ഉണ്ടാക്കും. ഭരണരംഗത്തെ പ്രവേശനംമൂലം സ്ത്രീ സമൂഹത്തിന്റെയാകെ കരുത്തു വർദ്ധിപ്പിക്കാനും, ചെറുത്തുനില്പിന്റെ ശക്തി വളർത്താനും, അംഗീകാരത്തിനു വേണ്ടിയുള്ള വിലപേശൽ കഴിവ് വികസിപ്പിക്കാനും കഴിയും. നിസ്സഹായാവസ്ഥയിൽ സ്വയരക്ഷയ്ക്ക് വേണ്ടി ചെറുത്തു നില്ക്കാനുള്ള പ്രത്യുല്പന്നമതിത്വം സ്ത്രീകളിൽ ഉണ്ടാകുന്നതുപോലും ഭൗതിക ചുറ്റുപാടുകളിൽ വരുന്ന മാറ്റങ്ങളുടെ നിശ്ശബ്ദ പ്രചോദനം മൂലമാണെന്നു കാണാം. തങ്ങളെ സമീപിക്കുന്ന സാധാരണക്കാർക്കുവേണ്ടി ഉദ്യോഗസ്ഥന്മാരോടു സംസാരിക്കാൻ, പൊലീസ് സ്റ്റേഷനുകളിൽ പോകാൻ എല്ലാം സ്ത്രീകൾ ഇന്നു ധൈര്യം കാണിക്കുന്നത് സാഹചര്യങ്ങൾ അവൾക്കു നല്കിയ പ്രേരണയുടെ ഫലമായിട്ടാണ്.

ഭരണരംഗത്തു കടന്നുവന്ന സ്ത്രീകളെല്ലാവരും യാതൊരു അസ്വസ്ഥതകളും ഇല്ലാതെയാണ് അവരുടെ കടമകൾ നിർവ്വഹിക്കാൻ ശ്രമിച്ചത് എന്ന അഭിപ്രായവും ഇല്ല. പല ദുരനുഭവങ്ങളും പലർക്കും ഉണ്ടായിട്ടുണ്ട് എന്ന യാഥാർത്ഥ്യത്തെ നിഷേധിക്കാനും കഴിയില്ല. ബാക്ക് സീറ്റ് ഡ്രൈവിങ്ങിന്റെ ഇരകളായി ചിലർക്കെങ്കിലും കഴിയേണ്ടിവന്നിട്ടുണ്ട്. മേയർ, പ്രസിഡന്റ്, മുനിസിപ്പൽ ചെയർപേഴ്സൺ എന്നീ സംവരണ സ്ഥാനങ്ങൾ അലങ്കരിച്ച പലർക്കും പുരുഷമെമ്പർമാരുടെ അനിയന്ത്രിതമായ ഇടപെടലുകളുടെ അലോസരപ്പെടുത്തലും ഉണ്ടായിട്ടുണ്ട്. പലപ്പോഴും അത് പറയാനുള്ള വേദിയോ ധൈര്യമോ ഇല്ലാത്തതിന്റെ പ്രശ്നവും ഉണ്ട്. ചില സ്വതന്ത്ര സ്ഥാനാർത്ഥികൾക്ക് ഭരണത്തിനു നേതൃത്വം കൊടുക്കുന്ന മുന്നണികളുടെ രാഷ്ട്രീയ വേദികളെ ഫലപ്രദമായി ഉപയോഗിക്കാൻ കഴിയാത്ത സ്ഥിതിവിശേഷമുണ്ടായിട്ടുണ്ടാകാം. വികസനത്തിനുള്ള സമ്പത്ത് വീതം വയ്ക്കുമ്പോൾ തടയപ്പെടുന്ന സാഹചര്യങ്ങളെ നേരിടേണ്ടി വന്നിരിക്കാം. ചിലർക്കെങ്കിലും, കൂടുതൽ സമയം വീടിനുപുറത്തു ചെലവഴിക്കുന്ന സാഹചര്യത്തെ അനിഷ്ടത്തോടെ കാണുന്ന ഭർത്താക്കന്മാർ ഉണ്ടാക്കുന്ന മാനസിക പീഡകൾ നേരിടേണ്ടി വന്നിട്ടുണ്ടാകാം. കേരളത്തിൽ കുറച്ചു സ്ത്രീകളെങ്കിലും വീണ്ടും തെരഞ്ഞെടുക്കപ്പെടാനുള്ള

അവസരത്തെ കുറിച്ച് മുൻകൂട്ടി നിശ്ചയിക്കാൻ കഴിയാത്തതുകൊണ്ട് തൊഴിൽ നേടി ജനപ്രതിനിധിസ്ഥാനം രാജിവച്ച അനുഭവവും ഉണ്ടായിട്ടുണ്ട്.

ഇതിനെല്ലാം എന്താണ് പ്രതിവിധി? പ്രതിവിധി നിശ്ചയിക്കേണ്ടത് സ്ത്രീകൾ മാത്രമല്ല. ഭരണം എന്നതും വികസനപ്രവർത്തനം എന്നതും വ്യക്തിപ്രഭാവം കൊണ്ട് നടത്തേണ്ടതല്ല. അത് കൂട്ടുത്തരവാദിത്തത്തിന്റെ ഉല്പന്നമാകണം. ഇക്കാര്യം സ്ത്രീകൾക്കു മനസ്സിലാക്കാൻ കഴിയണം. ദൈനംദിന പ്രവർത്തനങ്ങളിലെ നേട്ടങ്ങളെ അംഗീകരിക്കാനും ന്യൂനതകൾ പരിഹരിക്കാനും രാഷ്ട്രീയ ഇടപെടലുകൾ ആവശ്യമാണ്. കുടുംബത്തിനകത്തെ ജനാധിപത്യവല്ക്കരണവും ജൈവമായ ചർച്ചയ്ക്കു വിഷയമാക്കേണ്ടതുണ്ട്.

ഇത്തരം ഒരന്തരീക്ഷത്തിൽ എന്തുകൊണ്ട് ഭരണരംഗത്തെ സ്ത്രീ പുരുഷന്മാരുടെ സർഗ്ഗാത്മകതയെ കൂടുതൽ സൃഷ്ടിപരമാക്കാനുള്ള സൗകര്യങ്ങളെക്കുറിച്ച് ആലോചിച്ചു കൂടാ? പഞ്ചായത്തുകളും, മുനിസിപ്പാലിറ്റികളും, കോർപ്പറേഷനുകളും അവരുടെ പ്രദേശങ്ങളിൽ പൊതു ഇടങ്ങളെക്കുറിച്ച് -- റസ്റ്റോറന്റുകൾ, ഭക്ഷണശാലകൾ, ഭരണസ്ഥാപനങ്ങൾക്കു കീഴിലുള്ള പൊതു ഷോപ്പിങ് കോംപ്ലക്സുകൾ – ചിന്തിക്കുന്നതിൽ ഒരപകടവും ഇല്ല. ഇന്ന് അനാവശ്യം, അസംബന്ധം എന്നുതോന്നിയേക്കാം. പക്ഷേ, നാളെ ഇത് അനിവാര്യമാണ്. സ്ത്രീകളെക്കുറിച്ചുള്ള ആശങ്കകൾ അസ്ഥാനത്താണ്. ഈ മാറ്റം അംഗീകരിക്കാൻ കഴിയത്തക്ക വിധത്തിൽ സമൂഹത്തിന്റെ മനസ്സാണ് മാറേണ്ടത്. സാമൂഹ്യമാറ്റത്തിന്റെ ചലനശക്തിയിൽ സ്ത്രീ പുരുഷന്മാർക്ക് തുല്യപങ്കാണുള്ളത്.

4

'സദാചാര' ഭീകരവാദം

നിയമവാഴ്ചയും ക്രമസമാധാനപാലനവും ഏതാണ്ട് ഫലപ്രദമായി നിലനില്ക്കുന്നു എന്നവകാശപ്പെടുന്ന കേരളത്തിലും ഇതെല്ലാം കൈയിലെടുത്ത് അമ്മാനമാടാൻകഴിയുന്ന ഒരുകൂട്ടം ആളുകൾ നാടിന്റെ പല ഭാഗങ്ങളിലും തലയുയർത്തുന്നു എന്ന കാര്യം അമ്പരപ്പോടെയാണ് കാണുന്നത്. വടക്കേ ഇന്ത്യൻ സംസ്ഥാനങ്ങളിൽനിന്ന് അഭിമാനഹത്യകളെക്കുറിച്ച് കേട്ട വാർത്തകൾ അവിശ്വസനീയമായിട്ടാണ് തോന്നിയിരുന്നത്. ഏതാനും ആഴ്ചകൾക്കുമുമ്പ് കായംകുളത്തെ ഒരു ബസ് സ്റ്റോപ്പിൽ അതിലെപോയ ഒരു യുവതിയോട് കുശലം ചോദിച്ച ചെറുപ്പക്കാരനെ അതേപ്രായക്കാരായ രണ്ടുപേർ പട്ടാപ്പകൽ പെരുവഴിയിൽ പന്തുരുട്ടുന്നത് ഉൾക്കിടിലത്തോടെയാണ് കണ്ടിരുന്നത്. കാസർഗോഡുനിന്നാണ് ഇത്തരം സംഭവം ആദ്യമായി റിപ്പോർട്ട് ചെയ്തത്. തുടർന്ന് കേരളത്തിന്റെ പല പ്രദേശങ്ങളിലും സമാന സംഭവങ്ങൾ അരങ്ങേറുകയായി.

സ്ത്രീകളും പുരുഷന്മാരും സൗഹൃദം പങ്കുവെച്ചാൽ, കുശലം ചോദിച്ചാൽ, ഒരുമിച്ചിരുന്ന് കഫെയിൽ ഭക്ഷണം കഴിച്ചാൽ അവിടെയെല്ലാം സദാചാരസംരക്ഷകന്മാർ ചമഞ്ഞ് ഒറ്റയ്ക്കോ കൂട്ടംചേർന്നോ അവരെ കൈകാര്യം ചെയ്യാൻ പുറപ്പെടുന്നതിനെ എങ്ങനെ ന്യായീകരിക്കാൻ ആകും. വിദ്യാഭ്യാസപരമായും സാമൂഹികമായും വളരെ പിന്നിൽനില്ക്കുന്ന ബീഹാർ, ഹരിയാന പോലെയുള്ള സംസ്ഥാനങ്ങളിൽ സ്ത്രീ പുരുഷന്മാർ സ്വതന്ത്രമായി ജീവിതസംബന്ധിയായ തീരുമാനങ്ങൾ എടുത്താൽ, വിജാതീയബന്ധം ഉണ്ടായാൽ, അവിടെയെല്ലാം ജാതി പഞ്ചായത്തുകൾ നീതിനിർവ്വഹണം നടത്തുകയും വേണ്ടിവന്നാൽ വധശിക്ഷ വിധിക്കുകയും ചെയ്യുന്നു. കുലാഭിമാനവും കുടുംബാഭിമാനവും പറഞ്ഞ് ബന്ധു

ക്കൾ സ്വയമോ ജാതിപഞ്ചായത്തിന്റെ സഹായത്തോടെയോ അഭിമാന ഹത്യ നിർബ്ബാധം നടത്തുന്നു.

എല്ലാവിധ സാമൂഹ്യ സാംസ്കാരിക രാഷ്ട്രീയ മുന്നേറ്റവും നടന്ന കേരളത്തിൽ എന്തേ ഇങ്ങനെ സംഭവിക്കാൻ? ഇന്ത്യയിൽ സമാനതകളില്ലാത്തവിധം വിദ്യാഭ്യാസം നേടിയ കേരളം സാങ്കേതികമായും ധാർമ്മികമായും അധഃപതിക്കുന്നതിന്റെ പൊരുൾ അന്വേഷിക്കേണ്ടതാണ്. ഇവിടെ വടക്കേ ഇന്ത്യയിലെ പോലെ ജാതിവ്യവസ്ഥയില്ല. പക്ഷേ, ജാതീയത കേരളത്തിലുണ്ട്. അവകാശങ്ങൾക്കുവേണ്ടി, ഭരണരാഷ്ട്രീയ പങ്കാളിത്തത്തിനുവേണ്ടി, ജാതിയുടെ, സമുദായത്തിന്റെ, മതത്തിന്റെ പേരിലാണ് ഇന്ന് ഇടപെടലുകൾ നടക്കുന്നത്. എം എൽ എ, എം പി, മന്ത്രി പദവികളുടെ വിഹിതവും അനുപാതവും ജാതിമത സാമുദായികാടിസ്ഥാനത്തിൽ പങ്കുവയ്ക്കപ്പെടണമെന്ന ശാഠ്യം വർത്തമാനകാല കേരളത്തിൽ മറനീക്കി പുറത്തുവന്നു. വേണ്ടിവന്നാൽ കേരളത്തിന്റെ രാഷ്ട്രീയം തങ്ങൾ കൈയിലെടുക്കുമെന്ന് പറയാനുള്ള നിർഭയത്വം മതനേതാക്കൾക്കുണ്ടായിരിക്കുന്നു.

മതവും സമുദായവും എല്ലാം അപകടത്തിലാവുന്നു. അതുകൊണ്ടുതന്നെ നൂറ്റാണ്ടുകളായി നിലനിന്നുപോരുന്ന സമൂഹത്തിന്റെ സദാചാരപരമായ ആരോഗ്യം നഷ്ടപ്പെടുന്നു എന്നെല്ലാം വിശ്വസിച്ചും വിശ്വസിപ്പിച്ചും, ജനങ്ങളെ പഠിപ്പിക്കാൻ ഇവിടെ അതിതീവ്രവാദ മനസ്സ് രൂപപ്പെടുന്നുണ്ട്. ഈ തീവ്രവാദ മനസ്സാണ് ഇപ്പോൾ വ്യവഹരിക്കപ്പെടുന്ന സദാചാര പൊലീസിൽ പ്രവർത്തിക്കുന്നത്. സദാചാരത്തിന്റെ വ്യവഹാരത്തിനകത്ത് സംരക്ഷിക്കപ്പെടേണ്ടത് സ്ത്രീയാണ് എന്നത് എന്നത്തേയും സാമൂഹ്യധാരണയാണ്. സദാചാരത്തിന്റെ തുമ്മിയാൽ തെറിക്കുന്ന മൂക്കാണ് സ്ത്രീ. ഇന്നത്തെ സ്ത്രീയുടെ സദാചാരവും സംരക്ഷിക്കേണ്ടത് തങ്ങളാണെന്ന ചിന്ത തീവ്രവാദ മനസ്സുകളെ കീഴടക്കുന്നു. പരമ്പരാഗത ഇന്ത്യൻ സമൂഹത്തിൽ നിലനില്ക്കുന്ന വിലങ്ങുകളും വിലക്കുകളും സ്ത്രീപുരുഷന്മാരുടെ ഒരിറ്റു സ്വാതന്ത്ര്യംപോലും അനുവദിക്കുന്നില്ല. സ്ത്രീ പുരുഷന്മാർ സ്വതന്ത്രരായി ഇടപഴകേണ്ട പുതിയ സമൂഹത്തിൽ അതനുവദിക്കാൻ സാദ്ധ്യമല്ല എന്ന നിലപാട് അങ്ങേയറ്റം അപലപനീയമാണ്.

എന്നാൽ ഇത്രയും ക്രൂരമായ സദാചാര പൊലീസിങ് നടക്കുന്നതിന്റെ ദൃശ്യവല്ക്കരണം നടത്തുന്ന ചാനലുകളോ വാർത്താമാധ്യമങ്ങളോ ഈ വിഷയത്തിന്റെ ഗൗരവത്തെ പിന്തുടരുന്നില്ല. അവയെല്ലാം കേവലം വാർത്തകളായി അന്തരീക്ഷത്തിൽ ലയിക്കുന്നു. ഭാര്യാഭർത്താക്കന്മാർക്കുവരെ നിർഭയരായി സഞ്ചരിക്കാൻ കഴിയാത്ത സ്ഥിതിവിശേഷം വളർന്നുവരുമ്പോൾ നിയമം കൈയിലെടുക്കുകയും ജനങ്ങളെ നേർവഴിക്കു നടത്താൻ തങ്ങൾക്കാണ് അധികാരം എന്ന് ഭാവിക്കുന്നവരെയും നിലയ്ക്കു നിർത്താൻ ക്രമസമാധാന നിയമപാലകരും രാഷ്ട്രീയ ഭരണനേതൃത്വവും ഒരേരീതിയിൽ ശബ്ദിക്കണം.

ഇത്തരം മുഷ്ക്കുകൾക്ക് നിശ്ശബ്ദമായ പിന്താങ്ങൽ നല്കുന്നവർ ആത്മീയനേതാക്കളാണെങ്കിലും വെച്ചുപൊറുപ്പിക്കരുത്.

ജാതിദുരവസ്ഥയുടെ സ്ഥാനത്ത് ജാതീയതയും സാമുദായികതയും വോട്ടുലാഭത്തിനുവേണ്ടി പ്രോത്സാഹിപ്പിക്കപ്പെടുന്നു. ദുര്യോഗത്തിനെതിരെ ശക്തമായ ആശയസംവാദം പുതിയകാലത്ത് നടക്കേണ്ടിയിരിക്കുന്നു. സ്ത്രീപുരുഷ സമത്വത്തിന്റെയും വ്യക്തിസ്വാതന്ത്ര്യത്തിന്റെയും പ്രശ്നങ്ങൾ അതേപടി സംരക്ഷിക്കുന്ന ഫ്യൂഡൽ മനസ്സിന് ഇന്ത്യയിലും വിശേഷിച്ച് കേരളത്തിലും ഇന്നും ഇടമുണ്ട്. ഫ്യൂഡൽ ധാരണകളുടെ ഇടം ഇല്ലാതായിട്ടില്ല. ജാതിവ്യവസ്ഥയുടെ പടം മാത്രമേ പൊഴിഞ്ഞു പോയിട്ടുള്ളൂ.

5

അയാൻ ഹിർസി അലി

***ഇ**ൻഫിദൽ* (Infidal) അഥവാ *അവിശ്വാസി* ഒരു ആത്മകഥയാണ്. എന്നാൽ ആത്മകഥ മാത്രവുമല്ല. സോമാലിയ, സൗദി അറേബ്യ, എത്യോപ്യ, കെനിയ, വിശേഷാൽ യൂറോപ്പിന്റേയും രാഷ്ട്രീയ സാമൂഹ്യഘടനയുടെ അനാവരണവും എന്നും സമൂഹത്തിൽ കീഴ്പ്പെട്ടു ജീവിക്കേണ്ടിവരുന്ന മുസ്ലീം സ്ത്രീകളുടെ മജ്ജയും മാംസവും കൊത്തിവലിക്കപ്പെട്ട അനുഭവങ്ങളുടെ സാക്ഷ്യവും കൂടിയാണ് അയാൻ ഹിർസി അലിയുടെ *അവിശ്വാസി* എന്ന പുസ്തകം. മതാധികാരവും പുരുഷാധികാരവും ചേർന്ന് എങ്ങനെ മുസ്ലീംസ്ത്രീകളെ നികൃഷ്ട ജീവികളാക്കി എന്ന് സ്വാനുഭവ വിവരണത്തിലൂടെ അയാൻ ഹിർസി വെളിപ്പെടുത്തുന്നു.

സോമാലിയായിലെ മുസ്ലീം സ്ത്രീകൾ ഏറ്റുവാങ്ങുന്ന ക്രൂരമായ പീഡനങ്ങളുടെയും ദുരിതങ്ങളുടെയും നടുവിൽനിന്ന് രക്ഷപ്പെടാൻ ജന്മദേശം വിട്ടോടിയ അയാൻ ഹിർസിയുടെ *ഇൻഫിദൽ* അന്താരാഷ്ട്ര സമൂഹത്തിൽ ഏറ്റവും കൂടുതൽ വിറ്റഴിക്കപ്പെട്ട പുസ്തകങ്ങളിൽ ഒന്നാണ്. സ്വന്തം നാട്ടിൽനിന്ന് പലായനം ചെയ്ത് പോരാളിയും രാഷ്ട്രീയക്കാരിയും എഴുത്തുകാരിയും ആയി മാറിയ അയാന്റെ തീക്ഷ്ണമായ അനുഭവങ്ങളുടെ ഈ പുസ്തകം ഇംഗ്ലീഷിൽനിന്ന് മലയാളത്തിലേക്ക് മൊഴിമാറ്റിയത് ആർ പ്രശാന്ത്കുമാറാണ്. 2009 ഒക്ടോബറിലും 2010 ഒക്ടോബറിലുമായി ഇതിന്റെ രണ്ടു പതിപ്പുകൾ ഇറങ്ങുകയുണ്ടായി.

1969 നവംബർ 13 ന് സോമാലിയയിലാണ് അയാൻ ഹിർസി ജനിക്കുന്നത്. പുരോഗമനവാദിയായ പിതാവിന്റേയും സ്വാതന്ത്ര്യവാദിയായ അമ്മയുടേയും മകളായി ജനിച്ചെങ്കിലും മുസ്ലീം കുടുംബത്തിൽ പിറവിയെടുത്തതിനാൽ അയാനും കർക്കശമായ മതാനുശാസനങ്ങളുടെ കെട്ടുപാടുകളിൽ തന്നെ കഴിയേണ്ടിവന്നു. ഈ 21-ാം നൂറ്റാണ്ടിലും മുസ്ലീംസ്ത്രീക

ളുടെ ജീവിതം ഇങ്ങനെയോ എന്ന് നമ്മൾ അമ്പരന്നു പോകും ഈ കൃതിയുടെ വായനയിൽ. *ശരീഅത്തി*ന്റെ പിൻബലത്തോടെ ഭാര്യമാരെ ഉപേക്ഷിക്കുന്നതും, പ്രായപൂർത്തിയാകുന്നതിനുമുമ്പേ വിവാഹം കഴിപ്പിക്കുന്നതും, മതം അനുവദിക്കുന്ന ഡ്രസ്സ് കോഡിനെ അംഗീകരിച്ച് ജീവിക്കേണ്ടി വരുന്ന ഇന്ത്യൻ മുസ്ലീം വനിതയുടെ ജീവിതസാഹചര്യങ്ങളെ വിമർശനബുദ്ധിയോടെ സമീപിക്കുന്നവരുടെ മുന്നിൽ അയാൻ തുറന്നു കാണിക്കുന്ന സോമാലിയൻ മുസ്ലീം സ്ത്രീയുടെ ജീവിതം അവിശ്വസനീയതയും അമ്പരപ്പും വായനക്കാരിൽ ഉളവാക്കും.

ഒരു പരമ്പരാഗത മുസ്ലീം കുടുംബത്തിലെ അംഗമായ അയാൻ ഹിർസിക്ക് തന്റെ നാട്ടിലെ മറ്റേതൊരു പെൺകുട്ടിയേയുംപോലെ തന്നെ ദുരിതങ്ങൾ നേരിടേണ്ടിവന്നു. ഇസ്ലാം മതാനുഷ്ഠാനങ്ങളെ വെറുപ്പോടെ നോക്കിക്കണ്ട ഹിർസി ഇസ്ലാം മതത്തിന്റെ വിമർശകയായും അവസാനം അവിശ്വാസിയുമായി മാറിയ കഥ വായിച്ചാൽ കാന്തപുരത്തെ പോലുള്ളവർ ഞെട്ടും. മുസ്ലീങ്ങൾക്കിടയിൽ നിലനില്ക്കുന്ന ആചാരമാണ് 'സുന്നത്ത്'. സോമാലിയയിൽ മുസ്ലീംപെൺകുട്ടികൾക്കും സുന്നത്തുണ്ടായിരുന്നു. സുന്നത്തു ചെയ്യാത്ത പെൺകുട്ടികളെ ഇബ്ലീസ് പിടികൂടും എന്നുപറഞ്ഞു നടത്തുന്ന ഹീനവും പൈശാചികവും പ്രാകൃതവുമായ ആചാരത്തിന് അയാൻ എങ്ങനെ വിധേയയായി എന്ന് വിശദീകരിക്കുന്നുണ്ട്. ആങ്ങളയായ മഹദിനും അയാനും ഒരുദിവസം തന്നെയായിരുന്നു സുന്നത്ത്.

ഊരിപ്പോരാൻ കഴിയാത്ത മുസ്ലീംസ്ത്രീയുടെ മനം മടുപ്പിക്കുന്ന ദാമ്പത്യജീവിതം പച്ചയായി തന്നെ ഗ്രന്ഥകാരി വ്യക്തമാക്കുന്നു. അയാന്റെ അച്ഛൻ ബഹുഭാര്യനായിരുന്നു. അയാന്റെ അമ്മ അതിനെ എങ്ങനെ നേരിട്ടു എന്നത് ഒരുപക്ഷേ അയാന്റെ ജീവിതത്തെ രൂപപ്പെടുത്തുന്നതിൽ സ്വാധീനിച്ചിട്ടുണ്ടാകാം. വിവാഹത്തോട് വിരസതയായിരുന്നെങ്കിലും അവർക്കും വിവാഹിതയാകേണ്ടിവന്നു. പക്ഷേ, അയാന് അത് ഉപേക്ഷിച്ച് പോരേണ്ടി വന്നു. അഭയാർത്ഥിയായും, ചോദ്യം ചെയ്യുന്നവളായും അയാൻ മാറിയത് വിദ്യാഭ്യാസം നേടിയതിലൂടെയാണ്. കുടുംബം സോമാലിയ വിട്ട് കെനിയയിൽ എത്തി. അപരിചിതനായ അകന്ന ഒരു ബന്ധുവിനെ വിവാഹം കഴിച്ചെങ്കിലും രക്ഷപ്പെടാൻ 1992 ൽ അവർ നെതർലാന്റിലെത്തി. അവിടെനിന്നാണ് ലോകമറിയുന്ന അയാൻ ഹിർസിയായത്. രാഷ്ട്രമീമാംസയിൽ ബിരുദം നേടി. ലേബർ പാർട്ടിയിൽ പ്രവർത്തിച്ചു. അശരണരായ, ബലാത്സംഗത്തിനു വിധേയരായ, ഉപേക്ഷിക്കപ്പെട്ട സ്ത്രീകൾക്കുവേണ്ടി അവർ സർവ്വശക്തിയുമുപയോഗിച്ച് പോരാടി. കുട്ടിക്കാലത്തെ കടുത്ത മതവിശ്വാസി സെപ്തംബർ 11 ന്റെ ആക്രമണത്തോടെ സ്വന്തം മതത്തെ തള്ളിപ്പറഞ്ഞു. അവിശ്വാസിയായി. അല്ലാഹുവിന്റെ പേരിൽ കഷ്ടതകൾ അനുഭവിക്കുന്നതിനേക്കാൾ വഴിമാറി നടക്കാൻ അയാൻ തീരുമാനിച്ചു.

പുരുഷബന്ധത്തിന്റെ പേരിൽ മർദ്ദനം ഏല്ക്കുന്ന, ഇഷ്ടമില്ലാത്ത പുരുഷനോടൊപ്പമുള്ള കുടുംബജീവിതം, ഭർത്തൃപീഡനം, അച്ഛന്റെ

സഹോദരൻ ബലാത്സംഗം ചെയ്താലും ശിക്ഷ സ്ത്രീക്ക് - ഏത് അനീതിക്കും ദൈവം ന്യായമാകുന്നതിനെ ചോദ്യം ചെയ്തു. തിയോവാൻഗോഗ് എന്ന സംവിധായകന്റെ *സബ്മിഷൻ* എന്ന ചിത്രത്തിന്റെ തിരക്കഥ അയാൻ ഹിർസി തയ്യാറാക്കിയത് ഇതെല്ലാം ഉൾപ്പെടുത്തിയാണ്.

അയാന്റെ ജീവിതത്തെ ഏറെ സ്വാധീനിച്ച അമ്മൂമ്മ പറയുമായിരുന്നു: "വെയിലത്തു കിടക്കുന്ന ആട്ടിൻകൊഴുപ്പു പോലെയാണ് ഏകയാം സോമാലിയ സ്ത്രീ. ഉറുമ്പുകളുടെയും മറ്റു ചെറുജീവികളുടെയും ആക്രമണങ്ങളിൽ ഇല്ലാതാകും. അങ്ങനെ സംഭവിച്ചാൽ മറ്റാരെയും കുറ്റം പറയാൻ കഴിയില്ല." ആട്ടിൻകൊഴുപ്പുപോലെ ഇല്ലാതാകാനല്ല അയാൻ ശ്രമിച്ചത്. 2005 ൽ *ടൈം മാസിക* ഏറ്റവും സ്വാധീനശക്തിയുള്ള 100 വ്യക്തികളിൽ ഒരാളായി അയാൻ ഹിർസി അലിയെ അടയാളപ്പെടുത്തി. വായിക്കുക ഈ പുസ്തകം.

6

വനിതാ വികസനത്തിന്റെ കേരള പരിസരം

നാടിന്റെ വിഭവങ്ങളിൽ ഏറ്റവും പ്രധാനം മനുഷ്യനാണ്. മനുഷ്യാദ്ധ്വാനമാണ് നാടിനാവശ്യമായ മറ്റു വിഭവങ്ങൾ ഉണ്ടാക്കുന്നത്. മനുഷ്യസമ്പത്ത് സ്ത്രീയും പുരുഷനും ഉൾച്ചേർന്നതാണ്. മനുഷ്യവിഭവത്തെ പരമാവധി പ്രയോജനപ്പെടുത്തിക്കൊണ്ടല്ലാതെ രാജ്യപുരോഗതി സാദ്ധ്യമല്ല. നമ്മുടെ രാജ്യം മനുഷ്യവിഭവത്തെ പരമാവധി പ്രയോജനപ്പെടുത്തുന്നില്ല എന്ന വിമർശനം നിലനില്ക്കുന്നുണ്ട്. മനുഷ്യസമ്പത്ത് പ്രയോജനപ്പെടുത്തണമെങ്കിൽ രാജ്യത്തിന്റെ വളർച്ചയെ സംബന്ധിക്കുന്ന നയം അനിവാര്യമാണ്. രാജ്യത്തിന്റെ വികസന നയം ഒരു ജനതയെ മുഴുവൻ ഉൾക്കൊള്ളുന്നതായിരിക്കണം.

മനുഷ്യശക്തിയിൽ നിർണ്ണായകമായ സ്ത്രീകളെക്കൂടി ഉൾക്കൊള്ളുന്ന ഒരു വികസന നയം ഇന്നും നമ്മുടെ രാജ്യത്ത് പൂർണ്ണതയിലെത്തിയിട്ടില്ല. പുരുഷനോടൊപ്പം സമൂഹത്തിൽ ഇടം തേടാനുള്ള സ്ത്രീയുടെ പരിശ്രമം രാജ്യമാകെ ശ്രദ്ധിച്ചു തുടങ്ങിയിട്ടുണ്ട് എന്നത് യാഥാർത്ഥ്യമാണ്. സ്ത്രീയെന്ന നിലയിലും തൊഴിലാളി എന്ന നിലയിലും പൗരയായും തങ്ങൾകൂടി സമൂഹത്തിലുണ്ട് എന്ന് ബോദ്ധ്യപ്പെടുത്താനുള്ള സ്ത്രീസമൂഹത്തിന്റെതന്നെ പ്രയത്നത്തിന്റെ ഫലമായി രാഷ്ട്രീയ ഭരണ സംവിധാനങ്ങൾക്ക് വികസനത്തിലെ സ്ത്രീ സാന്നിദ്ധ്യത്തിന്റെ ആവശ്യകത നിരാകരിക്കാൻ കഴിയാത്ത അവസ്ഥ ഉണ്ടായിട്ടുണ്ട്. അധികാരസ്ഥാപനങ്ങളിലെല്ലാം (കുടുംബം, രാഷ്ട്രീയം, നാടിന്റെ ഭരണം) സ്ത്രീക്കും അവകാശമുണ്ട് എന്ന വാദങ്ങൾ കേട്ടില്ല എന്ന് നടിക്കാൻ ഇന്നാർക്കും കഴിയില്ല. സ്ത്രീകളുടെ രാഷ്ട്രീയ സാമൂഹ്യ സാമ്പത്തിക ശാക്തീകരണവും ഇന്ന് ചർച്ചാവിഷയമാണ്.

1975 ൽ ഐക്യരാഷ്ട്രസഭ ആഹ്വാനം ചെയ്ത വനിതാവർഷവും

അതിന്റെ അപര്യാപ്തത മനസ്സിലാക്കി ആഹ്വാനം ചെയ്ത വനിതാ ദശ വർഷാചരണവും സ്ത്രീകളെ സംബന്ധിച്ച അവകാശപ്പോരാട്ടത്തിന്റെ പ്രചോദന സ്രോതസ്സായി. സ്ത്രീകൾക്കെതിരായ എല്ലാതരത്തിലുമുള്ള വിവേചനങ്ങളും അവസാനിപ്പിക്കുക എന്ന സിഡോ (Convention on the Elimination of All kinds of Discrimination against women) ആഹ്വാനവും സ്വന്തം അവകാശങ്ങളുടെ വിശാലമായ തിരിച്ചറിവിന്റെ മുറ്റത്ത് കാലൂന്നി നില്ക്കാൻ സ്ത്രീസമൂഹത്തെ പ്രേരിപ്പിച്ചിട്ടുണ്ട്. ഇതിന്റെ ഫലമായി വിദ്യാഭ്യാസത്തിലെ വിവേചനം, തൊഴിലിലെ വിവേചനം, സാമൂഹ്യ സാമ്പത്തിക പ്രവർത്തനങ്ങളിലെ വിവേചനം, വിവാഹം, ഇണയെ തെരഞ്ഞെടുക്കൽ, സ്വത്ത്, പ്രത്യുല്പാദനത്തെ സംബന്ധിക്കുന്ന അവകാശം, കുട്ടികൾ എത്ര വേണം, അവരെ വളർത്തേണ്ട കുടുംബത്തിനകത്തെ ആൺ-പെൺ കൂട്ടുത്തരവാദിത്തം എന്നിങ്ങനെ സ്ത്രീയെ സംബന്ധിച്ച, അന്വേഷിച്ച് ഉത്തരം തേടാനുള്ള ബോധത്തിലേക്ക് സ്ത്രീ ആനയിക്കപ്പെട്ടു. സംസ്കാരവും പാരമ്പര്യവും ചേർന്ന മൗലികാവകാശങ്ങളുടെ ആസ്വാദനത്തിൽനിന്നും സ്ത്രീയെ എങ്ങനെ അകറ്റുന്നു എന്നു മാത്രമല്ല എന്നും വാർപ്പു മാതൃകകളായി തുടരേണ്ടതും, നിയമ-രാഷ്ട്രീയ-സാമ്പത്തിക മേഖലകളിൽ സമ്മർദ്ദങ്ങൾക്കും നിയന്ത്രണങ്ങൾക്കും വഴങ്ങിക്കൊടുക്കേണ്ടുന്ന സ്ഥിതി വിശേഷത്തെയും ചോദ്യം ചെയ്യുന്നതിനുള്ള ചങ്കുറപ്പ് സ്ത്രീസമൂഹം ഇന്ന് ആർജ്ജിക്കുന്നുണ്ട്. എല്ലാ വിവേചനങ്ങളും സ്ത്രീ ആയിപ്പോയതുകൊണ്ട് അനുഭവിക്കേണ്ടി വരുന്നതിന്റെ ഫ്യൂഡൽ പശ്ചാത്തലവും പഠനവിധേയമാക്കിക്കഴിഞ്ഞു. എന്നിട്ടും അവരുടെ മാർഗ്ഗത്തിൽ കീറാമുട്ടിയായി വരുന്ന ഗവണ്മെന്റ് സമീപനങ്ങൾ ഉണ്ട്.

ജനാധിപത്യ പ്രവർത്തനങ്ങളിൽ പങ്കുചേരാനും അധികാരത്തിൽ പ്രവേശിക്കാനും അവസരം കാത്ത് ഇന്ത്യൻ സ്ത്രീകൾ നീണ്ട പതിനെട്ട് വർഷമായി സമരരംഗത്താണ്. രാജ്യസഭയിൽ പാസാക്കിയ സംവരണബില്ലിന് ലോകസഭയിൽ ശാപമോക്ഷം കൊടുക്കാനുള്ള ഇച്ഛാശക്തി ദീർഘകാല ഭരണ പാരമ്പര്യമുള്ള കോൺഗ്രസിന്റെ പുതിയ നേതൃത്വത്തിന് എന്തുകൊണ്ട് കഴിയുന്നില്ല? ഇന്നും കേന്ദ്രഗവണ്മെന്റിന്റെ സ്ത്രീ വികസന നയം ഏതാനും ക്ഷേമോന്മുഖ പ്രവർത്തനങ്ങളിൽ വിന്യസിക്കപ്പെട്ടിരിക്കുകയാണ്.

ഇങ്ങനെയുള്ള ഇന്ത്യയിൽ കേരളം സ്ത്രീ ശാക്തീകരണത്തിലേക്ക് സ്വന്തം ചിന്തയെ ഉയർത്തിക്കൊണ്ടുവന്നത് ഉയരങ്ങളിൽനിന്നും ഒഴുകിവന്ന ആശയങ്ങളിൽ നിന്നല്ല. 73, 74 ഭരണഘടനാ ഭേദഗതിയുടെ ആനുകൂല്യം ഇന്ത്യൻ സ്ത്രീക്കു കിട്ടിയിട്ട് രണ്ടു ദശവർഷംപോലും ആയിട്ടില്ല. അതിനും എത്രയോ മുമ്പ്, വ്യക്തമായി പറഞ്ഞാൽ ഭാഷാടിസ്ഥാനത്തിലുള്ള ഐക്യകേരളം രൂപപ്പെടുന്നതിനു മുമ്പുതന്നെ കേരളത്തിന്റെ വികസനത്തെ സംബന്ധിച്ച് അന്നത്തെ കമ്യൂണിസ്റ്റ് പാർട്ടി ചിന്തിച്ചിരുന്നു. ജനങ്ങളിൽ ഊന്നി നിന്നുകൊണ്ടുള്ള ഒരു വികസന നയത്തിന്, അധികാരം

കിട്ടുമെന്ന് ഒരു പ്രതീക്ഷയും ഇല്ലായിരുന്ന കാലത്ത്, കമ്യൂണിസ്റ്റ് പാർട്ടി രൂപം കൊടുത്തു.

1957 ൽ അധികാരം കരഗതമായപ്പോൾ രൂപപ്പെടുത്തിയ വികസന നയത്തെ പ്രയോഗത്തിൽ വരുത്താനാണ് ഇ എം എസ് ഗവണ്മെന്റ് ശ്രദ്ധിച്ചത്. ജനന നിരക്ക്, ആയുർദൈർഘ്യം, ലിംഗാനുപാതം എന്നിങ്ങനെ ആരോഗ്യ വിദ്യാഭ്യാസ ജനസംഖ്യാ സൂചകങ്ങൾ ഒരു സംസ്ഥാനത്തിന്റെ തന്നെ വികസന സൂചകങ്ങളായി മാറി. സ്ത്രീകളുടെ മെച്ചപ്പെട്ട നില മറ്റൊരു സംസ്ഥാനത്തും ഇല്ലാത്തതാണ്. സാർവ്വത്രികവും സൗജന്യവുമായ വിദ്യാഭ്യാസ പരിപാടി നടപ്പിലാക്കിയതിലൂടെ പഠിക്കാനുള്ള അവസരം സ്ത്രീക്കുകൂടി കിട്ടി എന്നതും സൗജന്യ ചികിത്സാസൗകര്യങ്ങൾ ലഭ്യമായി എന്നതും ശ്രദ്ധേയമാണ്. എന്നാൽ ഈ നേട്ടങ്ങൾ ഋജുവായ രേഖയിലൂടെ എല്ലാ മേഖലയിലും സ്ത്രീക്ക് എത്തിപ്പിടിക്കാൻ കഴിഞ്ഞു എന്നർത്ഥമില്ല.

വിദ്യാഭ്യാസത്തിന്റെ നേട്ടം തൊഴിൽ-സാമ്പത്തിക മേഖലകളിൽ പ്രതിഫലിക്കുന്നില്ല. 1961 ൽ സ്ത്രീയുടെ തൊഴിൽ പങ്കാളിത്തം 25 ശതമാനം ആയിരുന്നു. 2001 ൽ എത്തുമ്പോൾ 16 ശതമാനം ആയി അത് കുറയുകയാണ് ഉണ്ടായത്. 1961 ൽ പുരുഷന്റെ തൊഴിൽ പങ്കാളിത്തം 47.4 ശതമാനം ആയിരുന്നത് 2001 ൽ 50.2 ശതമാനം ആയി ഉയരുകയാണുണ്ടായത്. സ്ത്രീകൾക്ക് തൊഴിൽ ലഭിച്ചിരുന്നത് പരമ്പരാഗത മേഖലകളിലാണ്. ആ മേഖലകൾ തകർച്ചയെ നേരിട്ടപ്പോൾ നഷ്ടപ്പെട്ടത് സ്ത്രീയുടെ തൊഴിൽ സന്ദർഭങ്ങളാണ്. കാർഷിക മേഖലയിലെ പരമ്പരാഗത സമ്പ്രദായങ്ങൾ മാറിയതിന്റെ ഫലമായി കാർഷിക മേഖലയിലും സ്ത്രീകൾ പിന്തള്ളപ്പെട്ടു. സാങ്കേതിക വിദ്യാഭ്യാസ മാറ്റം മൂലം സ്ത്രീകളെ പുറന്തള്ളുന്ന സ്ഥിതിവിശേഷമാണ് സംജാതമായത്. സേവന മേഖലയിലും പുതിയ വ്യവസായ മേഖലകളിലും വൈദഗ്ദ്ധ്യക്കുറവുമൂലം പിന്തള്ളപ്പെടുന്നു. എന്നാൽ നിരവധി തൊഴിൽ മേഖലകളിൽ തൊഴിലെടുക്കാൻ സ്ത്രീകൾ നിർബ്ബന്ധിക്കപ്പെടുന്നുണ്ട്. അവിടെയെല്ലാം കുറഞ്ഞ കൂലിനിരക്കാണ് ഉള്ളത്. ചുരുക്കത്തിൽ തൊഴിൽ മേഖല സ്ത്രീ വിവേചനപരമാണ്. സമഗ്രമായ വികസന പ്രക്രിയയിൽ പങ്കുചേരാനോ അതിന്റെ നേട്ടങ്ങൾ അനുഭവിക്കാനോ കഴിയാത്ത സാഹചര്യം തുടരുന്നുണ്ട്. ഏതാണ്ട് 25-30 ശതമാനം കുടുംബങ്ങൾ കേരളത്തിൽ സ്ത്രീകളുടെ കുടുംബനാഥത്വത്തിലാണ് നിലകൊള്ളുന്നത്. പുരുഷനാണ് കുടുംബനാഥൻ എന്ന പരമ്പരാഗത സാമൂഹ്യധാരണ നിലകൊള്ളുമ്പോൾ പുരുഷന്റെ അഭാവത്തിലോ അയാളുടെ വരുമാനത്തിന്റെ അഭാവത്തിലോ കുടുംബത്തിന്റെ സാമ്പത്തിക ഉത്തരവാദിത്തം നിർബ്ബന്ധപൂർവ്വം സ്ത്രീക്ക് ഏറ്റെടുക്കേണ്ടിവരുന്നു. ബി പി എൽ കുടുംബങ്ങളിലാണ് ഏറിയകൂറും ഈ പ്രവണത കാണുന്നത്. വരുമാനം കുറവാണെങ്കിലും കുടുംബച്ചെലവിലെ നിർണ്ണായകപങ്ക് സ്ത്രീ വഹിക്കുന്നുണ്ട്. പുതിയ വിവരലഭ്യതയനുസരിച്ച് കേരളത്തിൽ 60 വയസ്സിനുമേൽ പ്രായമുള്ള 56 ശതമാനം സ്ത്രീകൾ വിധവകളാണ്. വിഭാര്യന്മാരുടെ നിരക്ക് 16

ശതമാനം മാത്രമാണ്. കൂലിയില്ലാതെ നിർവ്വഹിക്കുന്ന വീട്ടുജോലിയുൾപ്പെടെ കണക്കു കൂട്ടേണ്ടതാണ്. വീട്ടുജോലിയിലെ പുരുഷ പങ്കാളിത്തം കേരളത്തിലും വളരെ കുറവാണ്. 1998-99 ലെ കുടുംബസർവ്വേ ഇത് സൂചിപ്പിക്കുന്നു.

സ്ത്രീധന സമ്പ്രദായം കൂടുതൽ പ്രാകൃതമാകുന്നു. സാമൂഹ്യ രാഷ്ട്രീയ പ്രസ്ഥാനങ്ങളിലെ നേതൃപദവിയിലേക്ക് സ്ത്രീകൾ എത്തിപ്പെടുന്നതേയില്ല. ഇത്തരം ഒരു സ്ഥിതിവിശേഷം വിദ്യാസമ്പന്നമായിട്ടും എന്തുകൊണ്ട് കേരളത്തിൽ നിലനില്ക്കുന്നു? അന്വേഷിക്കേണ്ടതും അംഗീകരിക്കേണ്ടതുമായ വസ്തുതകൾ ഇക്കാര്യത്തിലുണ്ട്. ജന്മി, നാടുവാഴിത്ത സംസ്കാരം സ്ഥാപിച്ചതും നിലനിർത്താൻ പ്രേരിപ്പിക്കുന്നതുമായ സ്ത്രീയുടെ അധമ പദവി നിലനില്ക്കുകയും പുരുഷന്റെ പ്രഥമ പൗരത്വത്തെ അരക്കിട്ട് ഉറപ്പിക്കുന്ന സ്ഥിതിവിശേഷം തുടരുകയും ചെയ്യുന്നു. വിദ്യാഭ്യാസത്തിന്റെ ഉള്ളടക്കത്തിൽപ്പോലും കേരളത്തിൽ പുരുഷാധിപത്യ പ്രവണതയ്ക്ക് സ്ഥാനമുണ്ട്. സാമൂഹ്യഭദ്രതയ്ക്കും കുടുംബഭദ്രതയ്ക്കും കുടുംബാസൂത്രണം ആവശ്യമാണെന്ന ബോധത്തിലേക്കു വിദ്യാഭ്യാസത്തിന്റെ ഫലമായി സ്ത്രീ എത്തിച്ചേർന്നു. കുട്ടികൾ എത്രവേണം എന്നീ കാര്യങ്ങൾ തീരുമാനിക്കാനുള്ള അവകാശം നിഷേധിക്കപ്പെടുകയും ചെയ്തു. ആരോഗ്യ കുടുംബാസൂത്രിത കേന്ദ്രങ്ങൾ പൂർണ്ണമായും സ്ത്രീസൗഹൃദപരമായില്ല.

1990 കളിൽ സ്ത്രീ അനുകൂലമായ കുറേ മാറ്റങ്ങൾക്ക് ബോധപൂർവ്വമായ ഇടപെടലുകളുണ്ടായി. 1996 ൽ നായനാർ സർക്കാർ കൊണ്ടുവന്ന അധികാര വികേന്ദ്രീകരണം വികസനത്തിൽ സ്ത്രീയുടെ സ്ഥാനം വ്യക്തമായി അടയാളപ്പെടുത്താൻ തുടങ്ങി. അതുവരെയുണ്ടായിരുന്നത് സ്ത്രീകളെയും കുട്ടികളെയും ചുറ്റിപ്പറ്റിയുള്ള ക്ഷേമോന്മുഖ വികസനമായിരുന്നു. ഐ സി ഡി എസ് എന്ന കേന്ദ്രാവിഷ്കൃത പദ്ധതിയും അതിനെ സ്ത്രീസമൂഹവുമായി ബന്ധപ്പെടുത്തുന്ന അങ്കണവാടികളും ഉണ്ടായി. എന്നാൽ 1996 ൽ സ്ത്രീകൾക്കും അധികാരത്തിൽ പങ്കാളിത്തം ഉണ്ടാകണം എന്ന ചിന്ത ഉടലെടുത്തു. വികേന്ദ്രീകരണാസൂത്രണ പദ്ധതി സ്ത്രീവികസനത്തിന്റെ സങ്കല്പങ്ങളിൽ ഉയർത്തിക്കൊണ്ടുവന്നു. സ്ത്രീകൾക്കുവേണ്ടി കുറച്ചു പണം ചെലവാക്കിയാൽ പോരാ വികസന നിർവ്വഹണവും സ്ത്രീകൾക്ക് വേണം എന്ന ചിന്ത ഒരു പുതിയ മാറ്റമായിരുന്നു. ലിംഗപദവി, സ്ത്രീകൾ നേരിടുന്ന പ്രശ്നങ്ങൾ എന്നിവ അക്കാദമിക ഭരണതലത്തിലും സൂക്ഷ്മതലങ്ങളിലും ചർച്ചയ്ക്ക് വിധേയമായി. സ്ത്രീപ്രശ്നങ്ങൾക്ക് പൊതുസ്ഥലങ്ങളിൽത്തന്നെ ഇടം കിട്ടി. ഇതിന്റെ ഫലമായി ഉയർന്നുവന്ന സൂക്ഷ്മതല സംവിധാനങ്ങളെ സ്വയംസഹായസംഘങ്ങളെന്നും സ്ഥൂലതലത്തിൽ കുടുംബശ്രീപദ്ധതിയെന്നും വിളിച്ചു. സ്ത്രീശാക്തീകരണത്തിന്റെ ഉപാധികളായി ലക്ഷക്കണക്കിനു സ്ത്രീകൾ ഈ സംരംഭത്തെ ഇന്ന് പ്രയോജനപ്പെടുത്തുന്നുണ്ട്. സ്വയം അനുഭവിക്കുന്ന സാമ്പത്തിക പ്രവർത്തനങ്ങളിൽക്കൂടി ഇന്ന് സ്ത്രീകൾ ഇടപെടുന്നു.

സ്ത്രീവികസന നയത്തിന്റെ വലിയ മുന്നേറ്റമായി ഇതിനെ നിരീക്ഷിക്കാവുന്നതാണ്. കേരളത്തിൽ ആദ്യമായി ഒരു വനിതാനയം ഉണ്ടാകുന്നത് 1996-1997 കാലഘട്ടത്തിലാണ്. 2007 ൽ ഇടതുപക്ഷ ജനാധിപത്യമുന്നണി ഗവണ്മെന്റ് പ്രസ്തുത വനിതാനയം പരിഷ്കരിച്ച് സംഭാവന ചെയ്തു.

സർക്കാരിന്റെ വാർഷിക പദ്ധതി ബഡ്ജറ്റിന് സ്ത്രീപക്ഷ സമീപനം വേണമെന്ന് ചരിത്രത്തിലാദ്യമായി ചിന്തിച്ചത് 2006 ലെ ഗവണ്മെന്റാണ്. ജൻഡർ ബഡ്ജറ്റ് ഇന്ത്യയിലെ തന്നെ ആദ്യ സംരംഭമാണ്. 2008 ൽ 5.2 ശതമാനവും 2009 ൽ 5.6 ശതമാനവും 2010-2011 ൽ 8.5 ശതമാനം രൂപയും വകയിരുത്തിക്കൊണ്ട് ജൻഡർ ബഡ്ജറ്റ് പ്രയോഗത്തിൽ പ്രഖ്യാപിച്ചു. സർവ്വശക്തമായ കേന്ദ്രം റിസർവേഷൻ ബില്ലിന്മേൽ അടയിരിക്കുമ്പോൾ സ്വന്തം അധികാരശക്തിയും രാഷ്ട്രീയനിശ്ചയദാർഢ്യവുംകൊണ്ട് പ്രാദേശിക ഭരണസമിതികളിൽ 50 ശതമാനം സീറ്റുകൾ സ്ത്രീകൾക്കായി പ്രഖ്യാപിച്ചുകൊണ്ട് അധികാരത്തിൽ തുല്യപങ്കാളിത്തം ഉറപ്പാക്കി. സ്ത്രീ പുരുഷ ലിംഗപദവിയുടെ വിവേചനം പൊളിച്ചെഴുതാൻ തുടക്കം കുറിച്ചു. കേരളത്തിൽ ഇന്ന് ആ രംഗത്തെ വനിതാ പ്രാതിനിധ്യം 52 ശതമാനം ആണ്.

കൃത്യമായും 1957 നുശേഷം ക്രമാനുഗതമായി കേരളത്തിൽ സ്ത്രീകൾക്ക് കൈവരിക്കാനായ ഈ ശക്തിപ്പെടലിൽ മതിമറന്ന് ആഹ്ലാദിക്കാനായിട്ടില്ല. കാരണം, ലിംഗപദവിയുടെ പ്രശ്നം പിന്നെയും നിലനില്ക്കുകയാണ്. മേൽ സൂചിപ്പിക്കപ്പെട്ട നേട്ടങ്ങൾകൊണ്ട് മാത്രം സ്ത്രീശാക്തീകരണമാകുകയില്ല. ഇന്നത്തെ ആഗോള സാഹചര്യം പുരുഷമേധാവിത്തത്തെ അരക്കിട്ടുറപ്പിക്കുന്നതുതന്നെയാണ്. ഉപഭോഗസംസ്കാരം അതിശക്തമായി തീരുന്ന കേരളത്തിൽ സ്ത്രീകളുടെ നില ഭയാനകമായ രീതിയിൽ തരംതാഴ്ത്തപ്പെടുന്നു. ഉപഭോഗതൃഷ്ണയുടെ ഒരു ഭാഗം ലൈംഗിക അരാജകത്വമാണ്. ലൈംഗികാതിക്രമങ്ങളുടെ ഭയാനകമായ അന്തരീക്ഷം കേരളത്തിൽ വളരുന്നു. കുടുംബത്തിനകത്തും പുറത്തും വേട്ടയാടപ്പെടുന്ന ദുർബ്ബല ജീവികളായി സ്ത്രീ മാറുന്നു. സുരക്ഷിതമായ ഇടം സ്ത്രീകൾക്കന്യമാകുന്നു. സ്ത്രീകളെ ലൈംഗികവസ്തുക്കളായി മാത്രം കാണുന്ന മാനസികാവസ്ഥയിലേക്ക് സമൂഹം മാറുമ്പോൾ മൊബൈൽ ഫോൺ പോലുള്ള യന്ത്രങ്ങൾപോലും പീഡകനായി മാറുന്നു. വേശ്യാവൃത്തിയും വേശ്യാലയങ്ങളും കേരളത്തിൽ വർദ്ധിക്കുന്നു.

സ്ത്രീ, തൊഴിലാളി, പൗര എന്നീ നിലകളിൽ അന്തസ്സുറ്റ ജീവിതം, അദ്ധ്വാനത്തിന് മതിയായ വില, ജനാധിപത്യ സ്ഥാപനങ്ങളിലെ തുല്യാവകാശം എന്നിവ ലഭിച്ചാലേ യഥാർത്ഥ സ്ത്രീശാക്തീകരണം സാദ്ധ്യമാകൂ. സ്ത്രീശാക്തീകരണ പ്രക്രിയയുടെ വഴികളിൽ ഒരുപാട് പ്രതിബന്ധങ്ങളുണ്ട്. ഇവയെ തട്ടിനീക്കാൻ ഇച്ഛാശക്തി ആവശ്യമാണ്.

7

സ്ത്രീയുടെ ഭാവി, സമൂഹത്തിന്റെയും

വീണ്ടും ഒരു സെൻസസ് റിപ്പോർട്ട് പുറത്തു വന്നുകഴിഞ്ഞു. ഇത്തവണത്തെ റിപ്പോർട്ടിന്റെ ചർച്ച കേന്ദ്രീകരിക്കുന്നത് കുട്ടികളുടെ അനുപാതം സംബന്ധിച്ചാണ്. രാജ്യവ്യാപകമായി നടക്കുന്ന ഈ ചർച്ച നല്കുന്ന ആഹ്വാനം രാജ്യത്തെ കുടുംബങ്ങൾ പെൺകുട്ടികൾക്ക് അംഗീകാരം നല്കുന്നതിനുള്ള ഉദ്ബോധനം ഗവണ്മെന്റ് തന്നെ നടത്തണം എന്നാണ്. ദശലക്ഷക്കണക്കിനു വർഷങ്ങളുടെ പിന്തുണയുള്ള ഫ്യൂഡൽ സാമൂഹ്യ പ്രമാണങ്ങൾ ശക്തമായി സംരക്ഷിക്കുന്നത് പാരമ്പര്യത്തെയാണ്. അതാകട്ടെ കുടുംബം പുരുഷകേന്ദ്രീകൃതവും ആൺ പരിഗണനയുടേതുമായിരിക്കണം എന്നതാണ്. ഇതിന്റെ സാരം സ്ത്രീയുടെ അധമപദവി നില നിർത്തുക എന്നതാണ്. ഇതിനുപുറമെ ദാരിദ്ര്യം, സംരക്ഷണം, അന്ധവിശ്വാസം സമം സ്ത്രീ എന്നു കൂട്ടിവായിക്കണം.

സമീപകാലത്ത് ഒരു ജേർണൽ പരാമർശിച്ചത് ഈ നൂറ്റാണ്ടിൽ ജൻഡർ ഗ്യാപ് (സ്ത്രീപുരുഷ വ്യത്യാസം) വിസ്തൃതമായിക്കൊണ്ടിരിക്കുന്നു എന്നാണ്. രാജ്യവ്യാപകമായിത്തന്നെ ദരിദ്ര-ധനിക ഭേദമെന്യേ ലിംഗം നിർണ്ണയിക്കാനുള്ള പ്രചോദനം കൂടിവരുന്നു എന്ന കാര്യം ചർച്ചാവിഷയമാണ്. പി എൻ ഡി റ്റി ആക്ട് – ലിംഗനിർണ്ണയ നിരോധന നിയമങ്ങൾ – നിലവിലുണ്ടായിട്ടും അൾട്രാ സൗണ്ട് സെക്സ് ഡിറ്റർമിനേഷൻ മെഷിനുകൾ ഇന്ത്യയെ പോലെയുള്ള രാജ്യങ്ങളിൽ ബഹുരാഷ്ട്ര കമ്പനികൾ വില്പന നടത്തി സാമ്പത്തികലാഭം കൊയ്യുകയാണ്. നിയമവിധേയമായി രജിസ്റ്റർ ചെയ്തും, നിയമവിരുദ്ധമായും ക്ലിനിക്കുകൾ രാജ്യത്തിന്റെ പല ഭാഗങ്ങളിലും പ്രവർത്തിക്കുന്നു എന്നത് പുതിയ അറിവല്ല. ഭരണ രാഷ്ട്രീയ വിശാരദന്മാരുടെ ശ്രദ്ധയിലും ഇക്കാര്യം പതിയാതിരിക്കുകയില്ല. എന്നിട്ടും 2001-2011 കാലയളവിനുള്ളിൽ നിരവധി സംസ്ഥാനങ്ങളിലും കേന്ദ്രഭരണപ്രദേശങ്ങളിലും ലിംഗാനുപാതം താഴ്ന്നുകൊണ്ടിരിക്കുന്നു എന്ന യാഥാർത്ഥ്യം മറച്ചു

പിടിക്കാനാകില്ല. പണാർത്തികൊണ്ട് ഭ്രാന്തുപിടിച്ച ഡോക്ടർമാർ നിയമവിരുദ്ധമായ ഗർഭച്ഛിദ്രത്തിന് അവസരങ്ങൾ ഉപയോഗിക്കുന്നു.

15-ാം ജനസംഖ്യാ റിപ്പോർട്ടിൽ ജനസംഖ്യയുടെ വർദ്ധനവുതന്നെയാണ് ഉണ്ടായിട്ടുള്ളത്. ഏതാണ്ട് ഒരുകോടി എട്ട് ദശലക്ഷം ആളുകൾ കൂടി ഇന്ത്യൻ ജനതയുടെ ഭാഗമായിട്ടുണ്ട്. കഴിഞ്ഞ സെൻസസിൽ വർദ്ധനവ് 17.6 ശതമാനം ആയിരുന്നുവെങ്കിൽ ഇപ്പോഴത്തെ വർദ്ധനവ് 21.5 ശതമാനം ആണ്. 2001 ൽ സ്ത്രീപുരുഷ അനുപാതം 1000 പുരുഷൻ - 933 സ്ത്രീ എന്ന നിരക്കിലായിരുന്നു. ഇപ്പോൾ 1000 ന് - 940 സ്ത്രീകൾ എന്ന നിലയിലാണ്. എന്നാൽ 10 കൊല്ലം കഴിയുമ്പോൾ സ്ത്രീകളുടെ എണ്ണം കുറയും. കാരണം 0-6 വയസ്സുവരെയുള്ള പെൺകുഞ്ഞുങ്ങളുടെ എണ്ണം ഇപ്പോൾ കുറവാണ് എന്നതുതന്നെ. 1000 ന് 927 ആയിരുന്നത് 1000 ന് 914 ആയിരിക്കുന്നു. അതായത് ആൺ പരിഗണന ശക്തിപ്പെടുകയും പെൺകുഞ്ഞ് അനാവശ്യമാണെന്ന ബോധം ശക്തിപ്പെടുകയും ചെയ്യുന്നു എന്നർത്ഥം. സാങ്കേതിക വിദ്യകളുടെ വളർച്ച പെൺകുഞ്ഞുങ്ങളെ ഇല്ലാതാക്കാൻ ഉപയോഗിക്കുന്നു.

ഇപ്പോഴത്തെ ഈ നിലവച്ചുകൊണ്ട് നോബൽ ജേതാവായ സാമ്പത്തിക വിദഗ്ദ്ധൻ ഗാരിബേക്കർ അഭിപ്രായപ്പെടുന്നത് ഭാവിയിൽ സ്ത്രീകൾക്ക് പുരുഷനേക്കാൾ ചോദന (Demand) യുണ്ടാകും എന്നും പെൺകുട്ടികൾ പുരുഷധനം ആവശ്യപ്പെടുന്ന സാഹചര്യം ഉണ്ടാകും, അതുപോലെതന്നെ മിശ്രജാതി, മിശ്രമത വിവാഹങ്ങൾ വർദ്ധിക്കാനിടയുണ്ടാകും എന്നൊക്കെയാണ്. കേൾക്കാൻ രസമുള്ള അഭിപ്രായം അല്ലേ?

ഇന്നത്തെ സാമൂഹ്യ യാഥാർത്ഥ്യങ്ങളുടെ അകം പൊരുൾ തേടുന്നവർക്ക് ഇത് ആശ്വാസത്തിനൊന്നും വക നല്കുന്നില്ല. 1950 കളിൽ ഉയർന്നുവന്ന സ്ത്രീമോചന ധാരണകളുടെ രണ്ടാം തരംഗ മുന്നേറ്റത്തിന്റെ ആരംഭത്തിൽ കൃത്യമായി പറഞ്ഞാൽ 1949 ൽ സിമോൺ ദെ ബുവ്വ എഴുതിയ *സെക്കന്റ് സെക്സ്* എന്ന പുസ്തകത്തിൽ, ബുവ്വ 'ഒരാൾ സ്ത്രീയായി ജനിക്കുകയല്ല, സ്ത്രീ ആയിത്തീരുകയാണ്' എന്നു പറയുകയുണ്ടായി. ആഗോളവല്ക്കരണ കാലഘട്ടം സ്ത്രീവല്ക്കരണം ശക്തമായി നടപ്പിലാക്കുകയാണ് ചെയ്യുന്നത്. കമ്പോളം ആഗോളവല്ക്കരണത്തിന്റെ ജീവനാഡിയാണ്. മനുഷ്യരെപ്പോലും ചരക്കാക്കി വിഴുങ്ങുന്ന ആഗോളനിയക്താക്കളായ ഭരണകൂടവും കോർപ്പറേറ്റുകളും മാധ്യമങ്ങളും ബ്യൂറോക്രാറ്റുകളുമടങ്ങുന്ന അവിശുദ്ധസഖ്യത്തിന് മനുഷ്യമുഖമില്ല. ഭരണകൂടത്തിന്റെ ആശീർവാദത്തോടെ... ഒത്താശയോടെ കോർപ്പറേറ്റുകൾ നടത്തുന്ന കൊള്ളയടിയിൽ തകർക്കപ്പെട്ടുപോകുന്ന ദുർബ്ബലരായ മനുഷ്യജീവി വിഭാഗങ്ങളുടെ ജീവിതദുരിതങ്ങളെ മറച്ചുവയ്ക്കുന്ന മാധ്യമങ്ങൾ കൊള്ളക്കാരനു വെള്ളപൂശുന്നു.

വർദ്ധിച്ചുവരുന്ന ലൈംഗികാതിക്രമങ്ങൾ മാധ്യമങ്ങൾക്ക് സെൻസേഷണൽ വാർത്തകൾക്കുള്ള സ്രോതസ്സായി മാറുന്നു. ഇരകളുടെ പിടച്ചിൽ മാധ്യമങ്ങൾ ആഘോഷിക്കുന്നു. നൈമിഷികമായ ആഘോഷത്തിനേ വകയുള്ളൂ. കാരണം പെൺകുഞ്ഞുങ്ങളെ സ്വന്തം മാതാപിതാക്കൾതന്നെ വില്പന നടത്തുന്നതും കുട്ടികൾ അവരറിയാത്ത കെണിയിൽ കുരുങ്ങുന്നതുമായ സംഭവങ്ങൾ തിരമാലപോലെ ഒന്നിനുപിന്നാലെ മറ്റൊന്നായി

വന്നുകൊണ്ടിരിക്കുകയാണല്ലൊ. അപ്പോൾ ഒരു സംഭവത്തിന്റെ വാർത്തകൾ തന്നെ നെടുനാൾ കൊണ്ടാടാൻ എവിടെ സമയം? അതുകൊണ്ട് വാർത്തകളുടെ പുതിയ മേച്ചിൽപ്പുറങ്ങൾതേടി അവർ ഓടുന്നു. ഇതിനിടയിൽ അവർ മറന്നുപോകാതെ നിർവ്വഹിക്കുന്ന ഒരു കടമയുണ്ട്. പ്രശ്നങ്ങളിൽ ശരിയായി ഇടപെടുന്ന സംഘടനകളുടെയോ പ്രസ്ഥാനങ്ങളുടെയോ ഇത്തരം സംഭവങ്ങളിലുള്ള പങ്ക് എന്തെന്നന്വേഷിക്കുക. പറവൂർ പീഡന കേസിൽ രണ്ടു സി പി എം പ്രവർത്തകർക്കുള്ള പങ്കാണ് മാധ്യമങ്ങൾ മുഴുവൻ ആഴ്ചകളോളം വേവലാതിയോടെ പങ്കിട്ടിരുന്നത്. മാധ്യമങ്ങൾ മാത്രമല്ല ചില സംഘടനകളും കൊതുകിനെപ്പോലെ പാലുള്ള അകിടിൽനിന്ന് ചോരയൂറ്റുകയാണ്. ഒരുകൂട്ടർ വലതുപക്ഷ രാഷ്ട്രീയത്തിനുവേണ്ടി കൂലിപ്പണി ചെയ്യുമ്പോൾ, മറ്റൊരു കൂട്ടർ രാഷ്ട്രീയ മുതലെടുപ്പ് അമിതാവേശത്തോടെ നടത്തിക്കൊണ്ടിരിക്കുന്നു. സ്വന്തം പാർട്ടിക്കാരനെ വിവസ്ത്രനായി നാട്ടുകാർ പിടികൂടിയപ്പോൾ, ശ്രീമതിയുടെ കോലം കത്തിക്കാൻ നേതൃത്വം കൊടുത്ത ബിന്ദുകൃഷ്ണയുടെ രോഷപ്രകടനത്തിന്റെ നിഴലാട്ടംപോലും എവിടെയും ഉണ്ടായില്ല. മുമ്പൊരിക്കലും ഉണ്ടായിട്ടില്ലാത്ത വിധത്തിൽ ലൈംഗികാതിക്രമങ്ങളും, ലൈംഗിക വില്പനയും അതിനുവേണ്ടി പെൺകുട്ടികളെയടക്കം കടത്തിക്കൊണ്ടുപോകുന്നതും കൈമാറുന്നതും എന്തുകൊണ്ടാണെന്ന അന്വേഷണത്തിനുപകരം ഇന്ന് ഈ പ്രശ്നങ്ങൾ കൈകാര്യം ചെയ്യുന്നതെങ്ങനെ?

കുറ്റം ആരു ചെയ്താലും കുറ്റം തന്നെ. കുറ്റവാളി ഏതു രാഷ്ട്രീയ പാർട്ടിയുടെ ഉന്നതനായ നേതാവായാലും തെറ്റു ചെയ്താൽ ശിക്ഷ അനുഭവിക്കണം. പണാപഹരണത്തേക്കാൾ മ്ലേച്ഛവും അസാംസ്കാരികവുമാണ് ലൈംഗികക്കുറ്റം. ഇടതുപക്ഷം അക്കാര്യത്തിൽ ഒരു വിട്ടുവീഴ്ചയ്ക്കും തയ്യാറല്ലെന്ന് നടപടികളിലൂടെ ബോദ്ധ്യപ്പെടുത്തി. ഇടതുപക്ഷ പ്രസ്ഥാനത്തിലും അപൂർവ്വം ചില സന്ദർഭങ്ങളിലെങ്കിലും പെൺവിഷയവുമായി ബന്ധപ്പെട്ട ആരോപണം ഉണ്ടായിട്ടുണ്ട്. അവർ നിർദ്ദാക്ഷിണ്യം ശിക്ഷിക്കപ്പെട്ടിട്ടുമുണ്ട്. അത്തരക്കാർ ചെയ്തിട്ടുള്ള സേവനങ്ങൾ കണക്കിലെടുത്ത് അവർക്കാർക്കും ഇളവു കൊടുത്തിട്ടില്ല. പിന്നെ അവരുടെ രാഷ്ട്രീയഭാവി മാർക്സിസ്റ്റ് പാർട്ടിക്ക് വിഷയമല്ല. കുഞ്ഞാലിക്കുട്ടിയും രാജ്മോഹൻ ഉണ്ണിത്താനും എന്താ അറപ്പുണ്ടാക്കുന്നില്ലേ കോൺഗ്രസിന്റെ വനിതാ നേതാക്കന്മാർക്ക്? മാർക്സിസ്റ്റ് പാർട്ടി ഒരു കേഡറെ വളർത്തിയെടുക്കുന്നത് മാതാപിതാക്കൾ കുഞ്ഞിനെ വളർത്തി വലുതാക്കുന്നതുപോലെയാണ്. പക്ഷേ, തെറ്റു ചെയ്താൽ വിട്ടുവീഴ്ചയില്ല. ഇതാണ് യാഥാർത്ഥ്യമെന്നിരിക്കേ അരാഷ്ട്രീയ പ്രാചരണത്തിലൂടെ ഇടതുപക്ഷത്തെ താറടിച്ചുകാണിച്ച് സ്വന്തം പക്ഷത്തേക്ക് ആളെ കൂട്ടുന്നവർക്ക് യാഥാർത്ഥ്യങ്ങൾ അറിയേണ്ടതില്ല.

എന്താണ് യാഥാർത്ഥ്യം? പെൺകുഞ്ഞുങ്ങൾ 'ആവശ്യമില്ലാത്തവർ' ആയതുകൊണ്ട് ജനിക്കേണ്ടതില്ലെന്നും, ജനിച്ചാൽത്തന്നെ കൊന്നുകളയണമെന്നുമുള്ള ചിന്ത ഇന്ത്യൻ സമൂഹത്തിൽ ആര് വളർത്തി? കഴിഞ്ഞ ഇരുപതുവർഷംകൊണ്ട് സംഹാരരുദ്രനായി രാക്ഷസാകാരം പ്രാപിച്ച

സാമ്രാജ്യത്വം ആണിനെയും പെണ്ണിനെയും കുട്ടികളെയും എങ്ങനെ കൈകാര്യം ചെയ്തുകൊണ്ടിരിക്കുന്നു എന്നു പറഞ്ഞുതരാൻ മൻമോഹൻസിങ്ങിനും സോണിയാഗാന്ധിക്കും കഴിയുകയില്ല. ലോകത്തിലെ 20 ശതമാനം പേർ പണംകൊണ്ട് അമ്മാനമാടണമെന്നും, 80 ശതമാനം പേർ ദാരിദ്ര്യത്തിൽ ഇഴയട്ടെ എന്നുമുള്ള തീരുമാനം നടപ്പിലാക്കിക്കൊണ്ടിരിക്കുന്ന ഒരു രാജ്യത്ത് ദാരിദ്ര്യം എന്ന അപമാനകരമായ അവസ്ഥയാണ് സ്ത്രീ. മുതലാളിത്തം ഊട്ടി വളർത്തുന്ന ഉപഭോഗസംസ്കാരം സകല സാംസ്കാരികമൂല്യങ്ങളെയും മഞ്ഞുവെള്ളത്തിലാഴ്ത്തിക്കളയുന്നു. പണമുള്ള പ്രാപ്പിടിയന്മാരുടെ കൈയിൽ അകപ്പെട്ടുപോകുന്ന സത്രീയുടെ പിടച്ചിലിന്റെ രാഷ്ട്രീയം അത് കൂടുതൽപേർക്കും പിടികിട്ടുകയില്ല. സ്ത്രീയെ സാധനമായി കാണുന്ന ഫ്യൂഡൽ സംസ്കാരത്തിനെതിരെ, അതിനെ പതിന്മടങ്ങാക്കുന്ന ആഗോളവല്ക്കരണനയങ്ങൾക്കെതിരെ പോരാടുക എന്ന രാഷ്ട്രീയബോധത്തിലേക്കാണ് സ്ത്രീസമൂഹം ആനയിക്കപ്പെടേണ്ടത്. ഭരണകൂടചെയ്തികളെ, കോർപ്പറേറ്റുകളെ, ബ്യൂറോക്രസിയെ മാധ്യമങ്ങളെ - ഇവയുടെ കൊള്ളരുതായ്മകളെ എതിർക്കാൻ സ്ത്രീകളാണിനി രംഗത്തിറങ്ങേണ്ടത്. കാരണം ഇവയെല്ലാം നമ്മുടെ ശത്രുക്കളാണ്. ശത്രുക്കളെ വേട്ടയാടാൻ പരിചിതരും അപരിചിതരും കൈകോർക്കണം.

സമൂഹത്തിന്റെയാകെ ഭാവി ഇരുളടഞ്ഞതാക്കുന്ന നയപരിപാടികൾക്കു നേതൃത്വം കൊടുക്കുന്ന ഭരണകൂടം രാഷ്ട്രത്തെ കൊള്ളയടിച്ച് സുഖിക്കുകയാണ്. കൊള്ളയടിക്കപ്പെടുന്നത് ജനങ്ങളാണ്. സാമൂഹിക കടമകൾ നിർവ്വഹിക്കാതെ ഭരണകൂടം ഒഴിഞ്ഞുമാറുന്നു. നവലിബറലിസം ദാരിദ്ര്യം തീവ്രമാക്കുന്നു. അതിശക്തമായ സാമ്പത്തികവ്യത്യാസം കാണെക്കാണെ വളരുന്നു. ദാരിദ്ര്യത്തിന്റെ കടുത്തതും വലിഞ്ഞുമുറുകിയതുമായ മുഖം കാണിച്ചുതരാൻ മാധ്യമങ്ങൾ തയ്യാറല്ല. ഇന്ത്യയ്ക്ക് സുന്ദരിപ്പട്ടം കിട്ടിയതിനെക്കുറിച്ചും, ടൂറിസം കൊഴുപ്പിക്കുന്നതെങ്ങനെയെന്നും, അതിന് സുന്ദരികളെയും സുന്ദരന്മാരെയും എങ്ങനെ ഫാഷൻഷോയിലൂടെ കണ്ടെത്താമെന്നും, പുതിയ കാറുകൾ നിരത്തിലിറങ്ങി വേഗതയും കരുത്തും പ്രകടിപ്പിക്കുന്നതെങ്ങനെയെന്നും അവർ നമുക്കു കാണിച്ചുതരുന്നു. ഇതൊന്നും സാധാരണ ജനങ്ങളുടെ കാര്യമല്ലല്ലൊ. സാധാരണക്കാരന്റെ ജീവിതദുരന്തങ്ങളെ ആഘോഷിക്കുകയും ചെയ്യുന്നു. ജനങ്ങളുടെ ജീവിതനിലവാരം ഉയർത്തുന്നതിന് ഭരണകൂടം ശ്രമിക്കുന്നുണ്ടോ? ജീവിതനിലവാരത്തിന്റെ പ്രഥമ അളവുകോൽ ഭക്ഷ്യലഭ്യതയാണ്. ഭക്ഷ്യലഭ്യത കുറയുന്നു എന്നാണ് കണക്കുകൾ വ്യക്തമാക്കുന്നത്. ഭക്ഷ്യസുരക്ഷിതത്വംപോലും അട്ടിമറിക്കപ്പെടുന്ന ഒരു രാജ്യത്ത് ദാരിദ്ര്യത്തിൽ കിടന്നിഴയുക മാത്രമേ ജനങ്ങൾക്ക് മാർഗ്ഗമുള്ളൂ. ഇങ്ങനെ വരുമ്പോൾ പല രീതിയിലുള്ള സാമൂഹ്യ അനീതികളും ഉയർന്നുവരും. പിടിച്ചുപറിയും കൊള്ളയും കൊലപാതകവും, പെണ്ണിനെ തട്ടിക്കൊണ്ടുപോകലും എല്ലാം സമൂഹത്തിലെ മാന്യന്മാർക്കുവേണ്ടി ചെയ്യാൻ തുനിഞ്ഞിറങ്ങി അതുവഴി പണമുണ്ടാക്കാമെന്ന് വ്യാമോഹിക്കുന്ന പുതിയ തലമുറയുടെ സഹായം ആർക്കുകിട്ടും. അമ്മമാർക്കോ, പെങ്ങന്മാർക്കോ, മാതാപിതാക്കൾക്കോ?

8

മറക്കരുത് ഭൂതകാലം

ഏതൊരു വ്യക്തിക്കും ഒരു ഭൂതകാലമുണ്ട്. സമൂഹത്തിനും ഉണ്ടൊരു ഭൂതകാലം. കേരളം വീണ്ടുമൊരു നിയമസഭാ തെരഞ്ഞെടുപ്പിന്റെ വർത്തമാനത്തെ നേരിടുമ്പോൾ കഴിഞ്ഞ ഒരു ദശക കാലത്തെ അനുഭവങ്ങൾ അയവിറക്കാതെ പോകുന്നത് അപകടകരമാണ്. കേരളത്തിന്റെ ഇന്നത്തെ രാഷ്ട്രീയാന്തരീക്ഷത്തിൽ ഭൂകമ്പ സമാനമായ സംഭവങ്ങൾ കേരളീയ മനസ്സിനെ ഞെട്ടിക്കുന്നു. സത്യങ്ങൾ പുനർജ്ജനിക്കുന്നു. ഇക്കഴിഞ്ഞ ദശകത്തിന്റെ ആദ്യ അർദ്ധം നാടുഭരിച്ചിരുന്നത് യു ഡി എഫ് എന്ന ഇന്നത്തെ പ്രതിപക്ഷമാണ്. ഒരുപക്ഷേ, യു ഡി എഫിന്റെ ഭരണകാലം ഓർക്കുന്നവർക്ക് ഒരു ദുഃസ്വപ്നമാണ്. എൽ ഡി എഫിനുശേഷം കൈവന്ന ഊഴം എങ്ങനെ യു ഡി എഫ് കൈകാര്യം ചെയ്തു എന്നത് കേരളീയർക്ക് മറക്കാനായിട്ടില്ല. 1995 നുശേഷം കേരളം കണ്ട ഏറ്റവും നികൃഷ്ടമായ യു ഡി എഫ് ഭരണകാലമായിരുന്നു അത്.

ജനവിരുദ്ധം എന്ന് ഒറ്റവാക്കിൽ പറഞ്ഞാൽ അത് പൂർണ്ണമാകുകയില്ല. കെടുകാര്യസ്ഥതയുടെ പര്യായമായിരുന്ന ഒരു ഗവണ്മെന്റിനെതിരെ കേരള ജനത ശക്തമായ പ്രതിരോധം തീർത്തതിൽ അത്ഭുതമില്ല. രണ്ടു മുഖ്യമന്ത്രിമാരെ പേറിയ ആ ഗവണ്മെന്റിനെതിരെ കേരളം ഒരുമിച്ചണിനിരക്കുന്നത് അനുഭവത്തിന്റെ ചൂടും വേവും കൊണ്ടാണ്. കന്യാസ്ത്രീകളും ബിഷപ്പും ആക്രമിക്കപ്പെട്ട കാലം. പള്ളിവരാന്തയിൽ അച്ചനെ കൊലപ്പെടുത്തിയ കാലം. ആലുവ സെന്റ് മേരീസ് പള്ളിയിൽ പൊലീസ് പുരോഹിതന്മാരെ വേട്ടയാടുകയും സംഹാരതാണ്ഡവം നടത്തുകയും ചെയ്തതും അക്കാലത്താണ്. വീടിനകത്ത് ഉറങ്ങിക്കിടന്ന മാളയിലെ ഉമ്മയേയും മരുമകളേയും വെട്ടിക്കൊന്ന സംഭവം നാടിനെ നടുക്കിയകാലം. വിദ്യാഭ്യാസ കച്ചവടത്തിനെതിരെ കത്തിപ്പടർന്ന സമരാഗ്നി കെടുത്താൻ വിദ്യാർത്ഥി

വിദ്യാർത്ഥിനികളെ പൈശാചികമായി പൊലീസിനെക്കൊണ്ട് വേട്ടയാടിയ ഭരണകാലം! നിയമന നിരോധന ഉത്തരവിനെതിരെ പൊരുതിയ കേരളത്തിന്റെ ക്ഷുഭിതയൗവനത്തെ കരാളമായി നേരിട്ട പൊലീസിന്റെ നേതാക്കന്മാർ അരങ്ങുതകർത്താടി.

സ്ത്രീകൾ ഏറെ നൊമ്പരപ്പെട്ട നാളുകൾ. ഗുണ്ടകളും ക്രിമിനലുകളും ചേർന്ന് കേരളത്തിലാകെ വലവീശിയ സെക്സ് റാക്കറ്റുകളുടെ കൈകളിൽ പിടഞ്ഞു മരിച്ച പെൺകുട്ടികളുടെ, മാതാപിതാക്കളുടെ കണ്ണീർ കേരളത്തെ തപിപ്പിച്ച അക്കാലം എങ്ങനെ നമുക്ക് മറക്കാൻ കഴിയും? പെൺവാണിഭം എന്ന പദത്തിലൂടെ മുതലാളിത്തം പെണ്ണിനെ ചരക്കുവല്ക്കരിക്കുമെന്നത് യാഥാർത്ഥ്യമായി. ശാരിയും, അനഘയും വിതുരയിലെ പെൺകുട്ടിയും, റജീനയും ദുഃഖതപ്തമായ മുഖവുമായി നമ്മുടെ മുന്നിൽ നിരന്നുനിന്നു. രാഷ്ട്രീയ സാമൂഹ്യവിശകലനങ്ങളുടെ എ ബി സി ഡി അറിയാത്ത സ്ത്രീകൾ വീടിനകത്തും തങ്ങളുടെ ചെവികളിൽ വീണ ദുരന്തവാർത്തകൾ കേട്ട് പ്രതിഷേധസ്വരം ഉയർത്താൻ തുടങ്ങി. നിർബ്ബന്ധിതയായി മൊഴിമാറ്റി പറയേണ്ടി വന്നതിനാൽ കേരളം അനന്തവിസ്മൃതിയിലേക്ക് തള്ളിമാറ്റാൻ ശ്രമിച്ച റജീനയുടെ വിലാപം ലൈംഗികാക്രമണത്തിന്റെ നാനാർത്ഥങ്ങളെ പുറത്തുകൊണ്ടുവന്നു. രാഷ്ട്രീയനേതാവും ഭരണകർത്താവും വരെ സ്ത്രീകളെ ലൈംഗികാക്രമണത്തിന് വിധേയമാക്കുന്നു എന്ന കാര്യം വ്യക്തമാക്കപ്പെട്ടു. പാപം കഴുകി പുണ്യം നേടാൻ ഉംറയ്ക്ക് പോയ കുഞ്ഞാലിക്കുട്ടി തിരിച്ചുവരാൻ കാത്തിരുന്ന കേരളത്തിലെ സ്ത്രീകൾ, വിമാനത്താവളത്തിൽ ഇരച്ചുകയറി കുഞ്ഞാലിക്കുട്ടിയെ തടഞ്ഞകാലം. കുഞ്ഞാലിക്കുട്ടിക്ക് അംഗരക്ഷകരാകാൻ വന്ന ഗുണ്ടകൾ സ്ത്രീകളെ ക്രൂരമായി കടന്നാക്രമിച്ചു. ഇപ്പോഴത്തെ കോഴിക്കോട് മേയർ എ കെ പ്രേമജം തുടങ്ങിയവർക്ക് മർദ്ദനമേറ്റു. മലപ്പുറത്തെ സാജിതയുടെ മൂക്കിന്റെ എല്ല് ഗുണ്ടകൾ ഇടിച്ചു തകർത്തു. പത്രപ്രവർത്തകയായ ദീപയെ ചവിട്ടിമെതിച്ചു. കൃത്യം 65-ാംദിവസം കുഞ്ഞാലിക്കുട്ടിക്ക് മന്ത്രിസ്ഥാനം കുടഞ്ഞുകളയേണ്ടിവന്നു! കേരളത്തിലെ വിവിധ മഹിളാസംഘടനകളുടെ നേതൃത്വത്തിൽ നൂറുകണക്കിന് സ്ത്രീകൾ കറുത്ത വസ്ത്രം ധരിച്ച് തലസ്ഥാനനഗരിയിൽ മാർച്ച് നടത്തി. പിന്നെയും രോഷം തീരാഞ്ഞ് അവർ ആരും അറിയാതെ നാലുവശത്തുനിന്നും നിയമസഭാവളപ്പിൽ ഓടിക്കയറി. അന്തംവിട്ട പൊലീസ് ഇന്നത്തെ എറണാകുളം റൂറൽ എസ് പി വിക്രമിന്റെ നേതൃത്വത്തിൽ വടംകെട്ടി സ്ത്രീകളെ തടഞ്ഞു. നിയമസഭാവളപ്പിൽ സ്ത്രീകളുടെ രോഷം പതഞ്ഞുപൊന്തി.

ഇങ്ങനെ എത്രയെത്ര അനുഭവങ്ങൾ! സ്ത്രീകൾ, അതുവരെ കേരളത്തിന്റെ വോട്ടുബാങ്കായി ആവേശത്തോടെ നിന്നുപോന്ന ജനവിഭാഗങ്ങൾ എൽ ഡി എഫിനെ വിശ്വാസത്തിലെടുത്തു. എൽ ഡി എഫ് ചരിത്രത്തിലാദ്യമായി 99 സീറ്റിൽ അധികാരം കൈയാളി. കേരളത്തിലെ ജനങ്ങളുടെ വിശ്വാസം അസ്ഥാനത്തായില്ല. കഴിഞ്ഞ 5 കൊല്ലം ജനായത്തഭരണം എന്താണെന്ന് എൽ ഡി എഫ് ഗവണ്മെന്റ് കേരളത്തെ അനുഭവിപ്പിച്ചു. എൽ

ഡി എഫിനെ പിന്തുണച്ച ജനവിഭാഗങ്ങളെ തിരിച്ചുപിടിക്കുക എന്ന ലക്ഷ്യത്തിലെത്തിയ യു ഡി എഫ് കുമാർഗ്ഗങ്ങൾ തേടി. ഇടതുപക്ഷ ജനാധിപത്യമുന്നണിക്കെതിരെ അപവാദപ്രചാരണങ്ങളുടെ മേളകൾ തീർത്ത് യു ഡി എഫ് തിരിച്ചു ഭരണത്തിലെത്താനുള്ള പരിശ്രമം നടത്തുമ്പോൾ ഗവണ്മെന്റ് വാരിക്കോരി ചൊരിയുന്ന ജനക്ഷേമപ്രവർത്തനങ്ങളെ കാണാപ്പുറത്തുനിർത്തി യു ഡി എഫിനുവേണ്ടി വാർത്തകൾ ചമയ്ക്കാൻ മാധ്യമങ്ങൾ അഹമിഹമികയാ അണിനിരന്നു. ഒന്നും കൂസാതെ ഇടതുപക്ഷ ജനാധിപത്യമുന്നണി ഗവണ്മെന്റ് ഫലകാംക്ഷയില്ലാതെ തന്നെ ജനങ്ങൾക്കു വേണ്ടി ചെയ്തുകൂട്ടിയ കാര്യങ്ങൾ വിസ്തരിക്കാൻ പരിമിതിയുണ്ട്. വർഗ്ഗ-വർണ്ണ വ്യത്യാസമില്ലാതെ, ലിംഗവ്യത്യാസമില്ലാതെ, ധനിക-ദരിദ്രഭേദമില്ലാതെ ആബാലവൃദ്ധം ജനങ്ങളെയും ഉൾക്കണ്ണിലാക്കി ഗവണ്മെന്റ് മുന്നേറുമ്പോൾ അപവാദ പ്രചാരണത്തിലൂടെ ഒതുക്കി അധികാരം തിരികെപ്പിടിക്കാൻ കോപ്പുകൂട്ടിയ യു ഡി എഫിനെ സത്യം തുറിച്ചുനോക്കുന്നു.

ഉണ്ടിരിക്കുന്നയാൾക്ക് ഉൾവിളി എന്നു കേട്ടിട്ടില്ലേ? അതുപോലെ കുഞ്ഞാലിക്കുട്ടിക്കൊരു ഉൾവിളി. യു ഡി എഫിനെ സംബന്ധിച്ച് അതൊരു ഉരുൾപൊട്ടലായി. 'സ്വച്ഛസ്ഫടിക സങ്കാശയമായ' ജലോപരിതലത്തിൽ ഒരു വലിയ കല്ലുവീണാൽ ഉണ്ടാകുന്ന അലകൾ ചായക്കോപ്പയിലെ കൊടുങ്കാറ്റാകും എന്നു കരുതിയ കേരളത്തിലെ പ്രതിപക്ഷത്തിന് ഉൾക്കിടിലമുണ്ടാക്കിക്കൊണ്ടിരിക്കുകയാണിപ്പോൾ. മഹിളാ അസോസിയേഷനെപോലുള്ള വനിതാ സംഘടനകൾക്ക് ഈ ഇടിവെട്ട് മയിലുകൾക്കെന്നതുപോലെ ആഹ്ലാദദായകമാണ്.

കാരണം കുഞ്ഞാലിക്കുട്ടിയുടെ ലൈംഗിക വികൃതികൾ കേരളത്തിലെ പത്രങ്ങൾ പറയുന്നതുപോലെ ഒരു അജിത മാത്രമല്ല സംസാരവിഷയമാക്കിയത്. ഏറ്റവും ശക്തമായ സമരത്തിന്റെ വേലിയേറ്റം സൃഷ്ടിച്ചത് മഹിളാ അസോസിയേഷനുൾപ്പെടെയുള്ള വനിതാപ്രസ്ഥാനങ്ങളാണ്. കുഞ്ഞാലിക്കുട്ടി മാത്രമല്ല റൗഫും റജീനയുടെ കാമുകനും മറ്റു പലരും കുറ്റവാളികളുടെ കൂട്ടത്തിൽ അന്ന് പരാമർശവിധേയരായി. എന്നാൽ യു ഡി എഫ് ഭരണകാലത്ത് പ്രശ്നം വളരെ സമർത്ഥമായി മൂടിവയ്ക്കപ്പെട്ടു. പച്ച സത്യങ്ങൾ വിളിച്ചുപറയുന്ന നൂറുകണക്കിന് പേജുകളുള്ള കേസ് ഡയറിയും മറ്റും വനിതാ നേതാക്കന്മാരുടെ കൈകളിലും എത്തിയിരുന്നു. 'ഇര' പീഡനാനുഭവം നിഷേധിച്ചില്ലേ? മൊഴിമാറ്റി പറഞ്ഞില്ലേ? അന്ന് കൊടുംകുറ്റവാളികൾ പതുക്കെയും ഉറക്കെയും ഞങ്ങളോട് ചോദിച്ചു. രാഷ്ട്രീയാധികാര പ്രമത്തദ സ്ത്രീസമൂഹത്തെ നിശ്ശബ്ദരാക്കി, കേരളത്തേയും. പക്ഷേ, ചിന്തിക്കുന്ന സ്ത്രീകളുടെ ഉള്ള് നീറിക്കൊണ്ടിരുന്നു. സത്യം പുറത്തുവരും. പലനാൾ കള്ളൻ ഒരുനാൾ പിടിക്കപ്പെടും. കുഞ്ഞാലിക്കുട്ടി ആയിരം നാവുകൾകൊണ്ട് താനൊരു ദൈവവിശ്വാസിയാണെന്ന് ആണയിട്ടാലും കുറ്റവാളിക്ക് വിശ്വാസത്തിന്റെ പുതപ്പ് എടുത്തുമാറ്റേണ്ടിവരും.

കുഞ്ഞാലിക്കുട്ടി കുറ്റം നമ്മുടെ മുമ്പിൽ ഏറ്റുപറഞ്ഞിരിക്കുന്നു. മഹിളാസംഘടനകൾക്കോ ഭരണനേതാക്കൾക്കോ അല്ല വെളിപാടുണ്ടായത്.

കുഞ്ഞാലിക്കുട്ടിയുടെ വെളിപ്പെടുത്തലിന്റെ ഉള്ളടക്കം നൂറുകണക്കിന് ബോംബുകൾ ഒരുമിച്ചു പൊട്ടുന്നതുപോലെ കേരളത്തെ വല്ലാത്തൊരു ഉൾക്കിടിലത്തിലാക്കിയിരിക്കുകയാണ്. ജുഡീഷ്യറിയെ ഉപയോഗിച്ചാണ് ഇരകളെയും ഇരകൾക്കുവേണ്ടി വാദിച്ചവരെയും നിശ്ശബ്ദരാക്കിയത്. പണക്കിലുക്കത്തിൽ ഇരകളെ അവർ സ്വന്തം കസ്റ്റഡിയിലാക്കി എന്ന അറിവ് കേരളീയസമൂഹത്തിന് എക്കാലവും കുറ്റബോധമായിരിക്കട്ടെ.

ഭരണാധികാരം, രാഷ്ട്രീയ നേതൃത്വം എന്നീ സ്വാധീനങ്ങൾ ഉപയോഗിച്ച് ബ്യൂറോക്രസിയേയും കൂട്ടുപിടിച്ച് യു ഡി എഫ് നേതാക്കന്മാർ കാട്ടിക്കൂട്ടിയ അഴിമതി ഉൾപ്പെടെയുള്ള സംഭവപരമ്പരകൾ പുറത്തുവരുന്നു. പലരും ജയിലിലേക്കു പോകുന്നു. അഴിമതിക്കെതിരെ സാമൂഹ്യനീതിയുടെ പക്ഷത്ത് പ്രതിജ്ഞാബദ്ധമായി നിലകൊള്ളുന്ന ഒരു ഗവണ്മെന്റിന്റെ നന്മ നിറഞ്ഞ മനസ്സും രാഷ്ട്രീയ ഇച്ഛാശക്തിയും സൂര്യകോടി പ്രഭ ചൊരിയുന്നു. ദുർബ്ബല ജനവിഭാഗത്തിന്റെ ഇല്ലായ്മകളിൽ പങ്കുചേർന്ന് സമാശ്വസിപ്പിക്കാൻ, പ്രത്യേകിച്ച് സ്ത്രീ സമൂഹത്തെ സമഗ്രമായി മനസ്സിലാക്കാൻ ആത്മാർത്ഥമായി ശ്രമിച്ച ഗവണ്മെന്റിന് സമാനമായി മറ്റൊരു ഗവണ്മെന്റ് കേരളത്തിൽ ഇന്നുവരെ ഉണ്ടായിട്ടില്ല. അതെ ആക്രമിക്കുന്നവരെ സംഘടിതമായും, ഒരുപക്ഷേ, ഒറ്റയ്ക്കുപോലും തിരിച്ചടിക്കാനുള്ള കരുത്ത് പെണ്ണിന് പകർന്നു നല്കാൻ ഇടതുപക്ഷ ജനാധിപത്യ മുന്നണി ഗവണ്മെന്റ് പ്രാവർത്തികമാക്കിയ പരിപാടികൾ കേരളത്തിലെ സ്ത്രീകളുടെ രാഷ്ട്രീയ നിലപാടുകളെ ശക്തിപ്പെടുത്തേണ്ടതാണ്. കേരളത്തിലെ സ്ത്രീകൾ ആക്രമണങ്ങളിൽനിന്ന് പൂർണ്ണമുക്തരായി എന്നിതിനർത്ഥമില്ല. പക്ഷേ, ഇന്നൊരു മാറ്റമുണ്ട്. സ്ത്രീകളുടെ നിയമപരിരക്ഷണം ഉറപ്പാക്കപ്പെടുന്നു എന്ന കാര്യം നിഷേധിക്കാവുന്നതല്ല. ജാഗ്രതയോടെ ഒരു പൊലീസ് സേന ജനസേവനബോധമാർജ്ജിച്ച് മുന്നിൽ നില്ക്കുന്നു. യു ഡി എഫിന്റെ കാലം ഇങ്ങനെയായിരുന്നില്ല.

തനിക്കു നിഷേധിക്കപ്പെട്ട സ്ഥാനങ്ങളിൽ കയറിയിരിക്കാനുള്ള ഒരാത്മവിശ്വാസം കേരളത്തിലെ സ്ത്രീകൾക്ക് കൈവന്നിരിക്കുന്നു. സ്ത്രീകളുടെ അദ്ധ്വാനം കൊള്ളയടിക്കാനുള്ളതല്ല എന്ന സന്ദേശത്തിലൂടെ അങ്കണവാടിക്കാരുടെയും ആശാവർക്കർമാരുടെയുംമേൽ കൃപാകടാക്ഷം ചെയ്ത് ഗവണ്മെന്റ് മാതൃകകാട്ടി. അധികാരസ്ഥാനങ്ങളിൽ പുരുഷന് തുല്യമായ പങ്ക് ഒരുപക്ഷേ, കേരളത്തിലെ സ്ത്രീകൾക്ക് അപ്രതീക്ഷിതമായിരുന്നു. 'വിധവകളേ, അവിവാഹിതരായ അമ്മമാരേ നിങ്ങൾ കരയരുതെന്നു' പറയാൻ ഒരു ഗവണ്മെന്റ്. ഇനിയങ്ങോട്ട് നവജാതശിശുക്കളുടെ ഭാവിജീവിതവും ഉന്നതവിദ്യാഭ്യാസവും ഉറപ്പാക്കാൻ കരുതൽധനം ബാങ്കിൽ നിക്ഷേപിക്കാൻ മറ്റേതൊരു ഗവണ്മെന്റുണ്ടായിരുന്നു? വിശപ്പിന്റെ അപമാനത്തിൽനിന്ന്, ദാരിദ്ര്യത്തിന്റെ അപകർഷതാബോധത്തിൽനിന്ന് കേരളത്തെ രക്ഷിക്കാൻ കൈ അയഞ്ഞു സഹായിച്ചുകൊണ്ട് ഇടതുപക്ഷ ജനാധിപത്യമുന്നണി ഗവൺമെന്റ് മുന്നോട്ടു സഞ്ചരിക്കുന്നു. ആരോഗ്യവും വിദ്യാഭ്യാസവും ജനകീയമാക്കി, കേരളത്തെ വെളിച്ചത്തിലാറാടിച്ച്, സാമ്പത്തിക

സംരക്ഷണം നല്കി ഗുരുകാരണവന്മാരെ രക്ഷിച്ച്, സ്മാർട്ട്സിറ്റി യാഥാർത്ഥ്യമാക്കി യുവതീ യുവാക്കളുടെ മുഖത്ത് പ്രത്യാശ നിറച്ച്, സർക്കാർ ജീവനക്കാരെ നിറസംതൃപ്തരാക്കി ഗവൺമെന്റ് – ഗവൺമെന്റിന് നേതൃത്വം കൊടുത്ത രാഷ്ട്രീയമുന്നണി – തുടങ്ങിവച്ചതും, അനുഭവിച്ചുകൊണ്ടിരിക്കുന്നതും നൂറുമേനിയാക്കി നിലനിർത്താൻ കേരളത്തിന്റെ മുന്നിലേക്ക് തെരഞ്ഞെടുപ്പു പ്രവർത്തനങ്ങളുമായി വരികയാണ്.

കേരളത്തിലെ ജനങ്ങൾ ഭയപ്പെടുന്ന നാളുകളിലേക്ക് തിരിച്ചു പോകരുത്. സ്വജീവിതത്തെ ബാധിക്കുന്ന ഏതൊരു കാര്യത്തിനും ശരിയായ രാഷ്ട്രീയനിലപാട് ഇനിയുള്ള കാലങ്ങളിലെങ്കിലും അനിവാര്യമാണ്. കൈയിൽ കിട്ടിയ അധികാരംകൊണ്ട് എന്തും ചെയ്യാമെന്ന് വ്യാമോഹിച്ച ഭരണാധികാരികളെ ചോദ്യം ചെയ്യുന്ന, പ്രതിരോധത്തിന്റെ പാതയിൽ അണിനിരക്കാൻ അടിച്ചമർത്തപ്പെട്ടവൾ ചങ്കൂറ്റം കാണിക്കുന്ന സംഭവങ്ങൾ ലോകം ഇന്നു കണ്ടുകൊണ്ടിരിക്കുകയാണ്. 2 ജി സ്പെക്ട്രവും, എസ് ബാൻഡ് സ്പെക്ട്രവും, ആദർശ് ഫ്ളാറ്റും, കോമൺ വെൽത്തും, ഇടമലയാറും നഷ്ടപ്പെടുത്തിയത് എന്റെയും നിന്റെയും അന്നമാണെന്ന തിരിച്ചറിവാണ് രാഷ്ട്രീയം. ദുർബ്ബലരെ കൈയൂക്കുകൊണ്ടും പണംകൊണ്ടും കീഴ്പ്പെടുത്തുന്നവർക്കെതിരെ ശക്തി സംഭരിക്കുക എന്നതാണ് ഇന്നിന്റെ ആവശ്യം. ഭരണം ഊഴമല്ല. അത് ആവർത്തനമാകണം. ജനക്ഷേമത്തിനു വേണ്ടി അടിയുറച്ച തീരുമാനമെടുത്ത ഗവൺമെന്റിനെ തിരിച്ച് വിളിക്കാനുള്ള രാഷ്ട്രീയ മനോഭാവം സ്ത്രീകളടക്കം പ്രകടിപ്പിക്കണം.

9

തീവ്രവാദവും ഭീകരവാദവും വർഗ്ഗീയതയും

ബാബറി മസ്ജിദ്, ഗുജറാത്ത്, വഡോദര, സംഝോദ എക്സ്പ്രസ്, ഒറീസ, മാറാട്, മുംബൈ നരിമാൻ പോയിന്റ്, മലേഗാവ്, മെക്കാ മസ്ജിദ്, പുരുളിയ, പശ്ചിമ മിഡ്നാപൂർ, ജമ്മു കാശ്മീർ, മണിപ്പൂർ-ബോംബു സ്ഫോടനങ്ങൾ, സായുധാക്രമണം, കൈയേറ്റം, വെടിവെപ്പ്, ചോരപ്പുഴ, ദീനരോദനങ്ങൾ, നെഞ്ചകം പിളർക്കുന്ന കാഴ്ചകൾകൊണ്ട് അടയാളപ്പെടുത്തിയ ഇന്ത്യൻ പ്രദേശങ്ങളാണിവ. അസ്വസ്ഥത, ഭയം, പ്രതീക്ഷകൾക്കു പകരം ഘനീഭവിക്കുന്ന നിരാശ എന്നീ മാനസികാവസ്ഥയാൽ ഹൃദയമിടിപ്പിന്റെ ദ്രുതതാളവുമായി ജീവിക്കേണ്ട നിസ്സഹായാവസ്ഥയിലേക്ക് ഇന്ത്യൻ മനുഷ്യർ ഇന്നെത്തിച്ചേർന്നിരിക്കുന്നു. ജാതിയുടെയും, മതത്തിന്റെയും, സമുദായത്തിന്റെയും പേരിൽ പുകഞ്ഞുകൂടുന്ന വികാരം നിരപരാധികളും നിസ്സഹായരുമായ നൂറുകണക്കിനാളുകളെ നിഷ്കരുണമായി കൊന്നൊടുക്കുന്ന ഭ്രാന്ത് ഇന്ത്യയിൽ ശക്തിപ്പെടുമ്പോൾ കേരളവും അങ്ങനെ ഒരവസ്ഥയിലേക്കെത്തിച്ചേരുകയാണോ — ഭ്രാന്തിന് അടിമപ്പെട്ടുപോകുകയാണോ എന്ന ചിന്ത ശക്തിപ്പെടുന്നു.

63 വർഷങ്ങൾക്കുശേഷവും വിഭജനത്തിന്റെ വേദന വിട്ടുമാറാത്ത ഇന്ത്യ ഇന്ന് വർഗ്ഗീയകലാപങ്ങളുടെയും തീവ്രവാദത്തിന്റെയും ഭീകരവാദത്തിന്റെയും സംഗ്രാമഭൂമിയായി മാറിയിരിക്കുന്നു. ശാന്തവും സമാധാനപരവുമായ ജീവിതം നയിച്ചിരുന്ന കേരളവും വിധ്വംസകപ്രവർത്തനങ്ങൾക്ക് പറ്റിയ ഇടമാണെന്ന് വരുത്തിത്തീർക്കാനുള്ള ശ്രമങ്ങൾ തകൃതിയായി നടക്കുകയാണ്. മതതീവ്രവാദം അദ്ധ്യാപകന്റെ കൈവെട്ടലോടെ അംഗീകരിക്കപ്പെട്ടുകഴിഞ്ഞു. നക്സലിസം, ആർ എസ് എസ്, എൻ ഡി എഫ്, പോപ്പുലർ ഫ്രണ്ട്, എസ് ഡി പി ഐ തുടങ്ങിയ സംജ്ഞകളുടെ പൊരുൾതേടാൻ കേരളം നിർബ്ബന്ധിക്കപ്പെട്ടിരിക്കുന്നു. ജനാധിപത്യം, മതേ

തരത്വം, ദേശീയത എന്നീ മൂല്യചിന്തകൾക്കുപകരം ഗർഹണീയമായ പ്രതി ലോമ ചിന്തകളുടെ മേഖലകളിലേക്ക് ചെറുപ്പക്കാരുടെ ചിന്തയും മനസ്സും ആനയിക്കപ്പെടുകയാണിന്ന്.

ജാതിയും മതവും വേണ്ടെന്നും, ഒരു ജാതിയും ഒരു മതവും ഒരു ദൈവവും മതി മനുഷ്യന് എന്ന എക്കാലത്തെയും പുളകദായകമായ അഭി മാനം ജാതിചിന്തയ്ക്കും, മത സാമുദായിക സ്വാർത്ഥചിന്തയ്ക്കും പതുക്കെ വഴിമാറിക്കൊടുക്കുന്നു. ഒപ്പം പുരോഗമന രാഷ്ട്രീയ സാമൂഹിക ചിന്തകളെ ആട്ടിയകറ്റാൻ അരാഷ്ട്രീയവാദം എന്ന അപകടത്തെ വിളിച്ചുവരുത്തുന്നു. കേരളീയർ നെഞ്ചിലേറ്റി നടന്ന നവോത്ഥാനപ്രസ്ഥാനത്തിന്റെ സന്ദേശ ങ്ങൾ സജീവമായി നിലനിർത്തുന്നതിനുപകരം ജാത്യാഭിമാനവും, മനസ്സ ങ്കുചിതത്വവും ശക്തമാക്കാനുള്ള ശ്രമത്തിൽ ഏർപ്പെടുന്ന കറുത്ത ശക്തി കൾ മറനീക്കി പുറത്തുവരുമ്പോൾ ജനാധിപത്യ ബോധത്തിന്റെയും മതേ തരത്വത്തിന്റെയും പരിചകൊണ്ട് നേരിടാനുള്ള ആർജ്ജവം കേരളീയ സമൂഹം ആർജ്ജിക്കേണ്ടിയിരിക്കുന്നു. വിദ്യാഭ്യാസപരമായ വളർച്ചയും രാഷ്ട്രീയ പ്രബുദ്ധതയുമുള്ള കേരളത്തിൽപ്പോലും മതേതരത്വത്തിന്റെ തനിമ നിലനിർത്തുന്നതിനുപകരം ഓരോ ജാതിമത വിഭാഗവും ആചാരാ നുഷ്ഠാനങ്ങളുടെ പ്രകടനപരതയിൽ അഭിരമിക്കുകയാണ്. ഇതിന്റെ യെല്ലാം മറവിൽ അന്ധവിശ്വാസങ്ങളും അനാചാരങ്ങളും ലാഭസാദ്ധ്യത യുള്ള വൻ പരസ്യങ്ങളുടെ വിഷയങ്ങളായി മാറുകയും ചെയ്യുന്നു. മാധ്യ മങ്ങൾ പ്രതിഫലം പറ്റിക്കൊണ്ടുതന്നെ അമിത പ്രചാരം നല്കുകയും മത്സ രാധിഷ്ഠിതമായ മതസാമുദായികബോധത്തിന്റെ സൃഷ്ടികർത്താക്കളായി മാറുകയും ചെയ്യുന്നു.

മതസൗഹാർദ്ദം എന്നത് കാപട്യത്തിന്റെ പദമായി മാറിക്കൊണ്ടിരി ക്കുന്നു. പ്രകോപനപരമായ അന്തരീക്ഷം ഉണ്ടാകുമ്പോൾ മാത്രം മതനേ തൃത്വ കൂട്ടായ്മകൾ നടക്കുന്നു. അതുകഴിഞ്ഞാൽ അവരവരുടെ അറകൾ സുശക്തമായി നിലനിർത്താൻ പരിശ്രമിക്കുകയും ചെയ്യുന്നു. മതം രാഷ്ട്രീ യത്തിലും രാഷ്ട്രീയം മതത്തിലും ഇടപെടരുത് എന്നത് കമ്യൂണിസ്റ്റ് പാർട്ടി കളുടെ ഉപദേശമോ കടുംപിടുത്തമോ അല്ല. ഒരു ജനാധിപത്യ രാഷ്ട്ര ത്തിന്റെ ഭരണഘടനാനുശാസനത്തെ അഭിസംബോധന ചെയ്യാൻ കോൺഗ്രസ് ഉൾപ്പെടെയുള്ള എത്ര രാഷ്ട്രീയ പാർട്ടികൾക്ക് ഇവിടെ ധൈര്യമുണ്ട്?

സ്വയംഭരണ സ്ഥാപനങ്ങളിലെ തെരഞ്ഞെടുപ്പുകളുടെ ഈ സന്ദർഭത്തിൽ ഇടയലേഖനങ്ങൾ വിശ്വാസപരമായ കാര്യങ്ങളിലല്ലാതെ വോട്ടിന്റെ സ്വാധീനത്തിനായി ഉപയോഗിക്കരുതെന്ന് തെരഞ്ഞെടുപ്പു കമ്മീ ഷൻ പറഞ്ഞതിനുശേഷമാണ് സഭാനേതൃത്വം നിശ്ശബ്ദമായത്. എന്നിട്ടും തങ്ങളുടെ സ്വന്തം ഇടങ്ങളിൽ കടന്നുവരുന്ന വിശ്വാസികളെ നിരീശ്വരവാ ദികൾക്കെതിരായി സ്വാധീനിക്കാൻ ശ്രമിക്കുന്നു എന്നത് സത്യം മാത്രം. വിശ്വാസത്തിന്റെയും ആത്മാവിന്റെ മോചനത്തിന്റെയും പേരുപറഞ്ഞ് ചിറ കിൻകീഴിൽ ഒതുക്കിനിർത്തപ്പെടുന്നവരുടെ ജനാധിപത്യാവകാശങ്ങളെ

വിലപേശി വില്ക്കുകയാണ് മതനേതൃത്വം. ഇന്ത്യൻ ജനത വല്ലാതെ വികാരം കൊള്ളുന്ന ഡെമോക്രസി (ജനങ്ങളുടെ വാഴ്ച) യെ തകർക്കുകയാണിക്കൂട്ടർ. മാറാട് കലാപവും, ഒളവണ്ണയും, ആരാധനാലയങ്ങളിലെ കടന്നുകയറ്റവും കുത്തിവയ്ക്കപ്പെടുന്ന സങ്കുചിതവികാരങ്ങളുടെ ഉല്പന്നങ്ങളാണ്. എവിടെ വർഗ്ഗീയ ഭീകരവാദ തീവ്രവാദ സംഘടനകളുടെ അതിരുവിട്ട പ്രവർത്തനങ്ങൾ ഉണ്ടായിട്ടുണ്ടോ അവിടെയെല്ലാം പ്രതികരണം ഉണ്ടായിട്ടുള്ളത് ഇടതുപക്ഷത്തിന്റെ ഭാഗത്തുനിന്നുമാത്രമാണ്. അതിനെ കേവലമായ രാഷ്ട്രീയ മുതലെടുപ്പായി വ്യാഖ്യാനിച്ച മനസ്സിന്റെ വാല്മീകത്തിൽ ഒതുങ്ങുന്നത് രാഷ്ട്രീയപാർട്ടികളുടെ നിരുത്തരവാദിത്വവും കൈനനയാതെ മീൻ പിടിക്കുന്ന തന്ത്രവുമാണ്. നിർവ്വികാരതയുടെയും നിസ്സംഗതയുടെയും അവസാനത്തെ ഉദാഹരണമാണ് അദ്ധ്യാപകന്റെ കൈവെട്ടൽ സംഭവം. നിരുപദ്രവകരമായ മതസംരക്ഷണ താല്പര്യത്തിൽനിന്ന് വിവിധ മതസമുദായങ്ങൾ എത്രയോ വിദൂരത്തിലായിരിക്കുന്നു. ഈ സംഭവത്തോടെ പുറത്തറിയപ്പെട്ട മതതീവ്രവാദത്തിന്റെ ഗൗരവം കേരളീയ സമൂഹം പൂർണ്ണമായും ഉൾക്കൊണ്ടിട്ടില്ല. ഇവിടെ ഒരു വിഭാഗം ക്രൈസ്തവ നേതൃത്വം മതതീവ്രവാദികളെ ന്യായീകരിക്കുന്ന വിധത്തിലാണ് അദ്ധ്യാപകന്റെ ജീവിതത്തെ കൈകാര്യം ചെയ്തത്. വർഗ്ഗീയതയും മതതീവ്രവാദവും ഭീകരവാദവും — എല്ലാത്തിന്റെയും ഉറവിടം ഒന്നുതന്നെയാണെന്ന കാര്യം വ്യക്തമാക്കപ്പെടുന്നു.

മതത്തിന്റെ പേരിൽ ഇറക്കുന്ന ഫത്വകളും, ഇടയലേഖനങ്ങളും വ്യക്തിയുടെ സ്വയം നിർണ്ണയാവകാശങ്ങളുടെമേൽ കടുത്ത നിയന്ത്രണങ്ങൾ അടിച്ചേല്പിക്കുകയാണ് ചെയ്യുന്നത്. അച്ചടക്കത്തിന്റെ പേരിൽ സ്ത്രീകളുടെ മേൽ അടിച്ചേല്പിക്കുന്ന നിയന്ത്രണങ്ങളുടെ നിരവധി ഉദാഹരണങ്ങൾ ഈയടുത്തകാലത്ത് ചർച്ചചെയ്യുകയുണ്ടായി. സ്ത്രീകൾ പർദ്ദ ധരിക്കുന്നത് സാമ്രാജ്യത്വത്തിനെതിരായ പോരാട്ടത്തിൽ ശക്തി പകരും എന്ന് ഇറാനിലെ ഭരണാധികാരികൾ ഒരുകാലത്ത് പറയുകയുണ്ടായി. ഇന്ത്യയിലെ വിവിധ പ്രദേശങ്ങളിൽ മുസ്ലീം സ്ത്രീകളുടെ മേൽ വസ്ത്രനിയമം (ഡ്രസ് കോഡ്) അടിച്ചേല്പിക്കപ്പെടുന്നുണ്ട്. കാസർഗോഡ് റയാന എന്ന മുസ്ലീം യുവതിയും കുടുംബവും ഇന്ന് നിയമപരിരക്ഷണം തേടുകയാണ്. ചുരിദാർ ധരിച്ചതിന് മതതീവ്രവാദികൾ വേട്ടയാടുന്ന റയാനമാർ നിരവധിയാണ്. ഒരർത്ഥത്തിൽ ഇറാനിൽ പർദ്ദ ഒരേസമയത്ത് സാമ്രാജ്യത്വവിരുദ്ധതയുടെയും സ്ത്രീവിരുദ്ധതയുടെയും പ്രതീകമായി ഉപയോഗിക്കുകയുണ്ടായി. പർദ്ദ വൻ കോർപ്പറേറ്റുകളുടെ ലാഭ ഉപാധിയായി മാറി എന്നതുകൂടി ചേർത്തു വായിക്കുന്നത് നല്ലതാണ്. ആൺകുട്ടിയോട് സംസാരിച്ചതിന്റെ പേരിൽ പെൺകുട്ടിയെ ബസിൽ നിന്നിറക്കിവിടുകയും ആൺകുട്ടിയെ കൈകാര്യം ചെയ്തതും കേരളത്തിലാണെന്നത് ലജ്ജാകരമാണ്. ലൗവ് ജിഹാദ് പോലെയുള്ള വിധ്വംസാശയങ്ങൾ കേരളത്തിലും അരങ്ങേറുന്നു. വടക്കേ ഇന്ത്യയിൽ നടക്കുന്ന 'അഭിമാനഹത്യ'കൾ കേരളത്തിലില്ലെങ്കിലും യുവതീയുവാക്കൾക്ക് ഇണകളെ തെരഞ്ഞെടുക്കാനുള്ള

സ്വാതന്ത്ര്യം പ്രാവർത്തികമാക്കരുതെന്ന ചിന്തയുടെ കടന്നുവരവായി വേണം ലൗവ് ജിഹാദിനെ കാണാൻ.

ഭീകരവാദത്തിന്റെയും തീവ്രവാദത്തിന്റെയും ഉത്തരവാദിത്തം ഏതെങ്കിലും പ്രത്യേക ജനവിഭാഗത്തിന്റെ മേൽ കെട്ടിവയ്ക്കുന്നതും ശരിയല്ല. മുസ്ലീം തീവ്രവാദം മാത്രമല്ല ഹിന്ദു തീവ്രവാദവും ഇന്ന് ശക്തമാണ്. ന്യൂനപക്ഷങ്ങളുടെയും ഭൂരിപക്ഷ ജനവിഭാഗങ്ങളുടെയും യഥാർത്ഥ പ്രശ്നങ്ങളല്ല ഇന്ത്യ സംബോധന ചെയ്യുന്നത്. മതം അപകടത്തിലാണെന്ന ചിന്ത പരത്തി ജാതിമതസ്വത്വബോധം ശക്തിപ്പെടുത്താനുള്ള ശ്രമമാണിന്ന് നടക്കുന്നത്. സാമ്പത്തിക രാഷ്ട്രീയ സാമൂഹ്യ സാഹചര്യങ്ങളുടെ അനുഭവങ്ങളെ സംബന്ധിക്കുന്ന ഉപരിതലത്തിലേക്കുയരുന്ന ചർച്ചയാണ് ഉണ്ടാവേണ്ടത്. ഇത്തരം ചർച്ചകൾ രാഷ്ട്രീയ പാർട്ടികളുടെ ഉത്തരവാദിത്തമാണെന്നും, രാഷ്ട്രീയ പാർട്ടികളിൽ ഇടതുപക്ഷത്തിന്റെ ചുമതലയാണെന്നും ഉള്ള ധാരണയാണുള്ളത്. കേരളത്തിലെ ബോധമുറച്ച ഓരോ വ്യക്തിയേയും ഇപ്പോൾ രാജ്യം നേരിടുന്ന അപകടഭീഷണിയെ സംബന്ധിച്ച് ബോദ്ധ്യപ്പെടുത്താൻ കഴിയുന്ന വിപുലമായ ആശയപ്രചാരണം സംഘടിപ്പിക്കാൻ കഴിയണം.

ആക്രമണ സംഭവങ്ങൾ നടന്ന എല്ലാ സ്ഥലങ്ങളിലും ഏറ്റവും കൂടുതൽ വേട്ടയാടപ്പെടുന്നത് സ്ത്രീകളും കുട്ടികളുമാണ്. ഭീകരവാദ തീവ്രവാദ വർഗ്ഗീയവാദ പ്രവർത്തനങ്ങളിൽ നേതൃത്വപരമായ പങ്കുവഹിക്കുന്നവരിൽ ബഹുഭൂരിപക്ഷവും പുരുഷന്മാരാണ്. വിപുലമായ രാഷ്ട്രീയ സാമൂഹ്യബന്ധം അവർക്കാണ്. ആക്രമിക്കപ്പെടുന്നവരുടെ കൂട്ടത്തിൽ ആണും പെണ്ണും കുട്ടികളും ഉണ്ട്. ഏതു വിധത്തിലായാലും ദുരിതമയമായ ജീവിതത്തിന്റെ ശേഷിപ്പുകൾ ഏറ്റുവാങ്ങേണ്ടിവരുന്നവർ സ്ത്രീകളാണ്. അതുകൊണ്ട് വിവേചനരഹിതമായി മുഴുവൻ മഹിളാ സംഘടനകളും ആരെക്കാളും മുന്നിൽനിന്ന് ഈ വിപത്തുകൾക്കെതിരെ പോരാടണം.

10

വനിതാദിനത്തിലെ കാഴ്ചകൾ

ഒരു മാർച്ച് 8 കൂടി കടന്നുപോയി. മുൻ വർഷത്തേക്കാൾ സ്ത്രീകളുടെ അവകാശങ്ങൾ സംബന്ധിക്കുന്ന തിരിച്ചറിവിലേക്ക് സമൂഹം എത്തിച്ചേർന്നുവെന്ന് ആശ്വസിക്കുകയാണ് നമ്മൾ. സാർവ്വദേശീയ വനിതാദിനം സംഘടിപ്പിക്കാത്ത ഒരു വനിതാസംഘടനയും എൻ ജി ഒ കളും ഇല്ല തന്നെ.

ഗവൺമെന്റ് സ്പോൺസേഡ് പരിപാടികളും ഈ കൂട്ടത്തിൽ ഉണ്ടായിരുന്നു. മതസംഘടനകളും സാമുദായിക സംഘടനകളും എല്ലാം വനിതാദിനം കൊണ്ടാടി. വനിതാദിനത്തിന് തൃണമൂലതലത്തിൽ അംഗീകാരം ലഭിച്ചുകൊണ്ടിരിക്കുന്നുവെന്നും സന്തോഷിക്കാം. പക്ഷേ, ഈ വർഷത്തെ മഹിളാദിനത്തിന് യഥാർത്ഥത്തിൽ സന്തോഷത്തിന് എന്ത് വകയാണ് ഉള്ളത്?

ദിനാചരണത്തിന് 48 മണിക്കൂർ ബാക്കിയുള്ളപ്പോഴാണ് മൂന്നുവയസ്സുള്ള നാടോടി ബാലികയെ തട്ടിക്കൊണ്ടുപോയി ക്രൂരമായി ബലാത്സംഗം ചെയ്ത് പുറമ്പോക്കിൽ വലിച്ചെറിഞ്ഞതായി അറിഞ്ഞ് കേരളം ഞെട്ടി എന്നു പറഞ്ഞത്. കൈ തലയിണയാക്കി കടത്തിണ്ണയിൽ ഉറങ്ങാൻ കിടന്ന, തന്റെ മാറിടത്തിൽ പൊത്തിപ്പിടിച്ചു കിടന്ന മകളെ കാണാതായ അമ്മയ്ക്ക് മകളെ തിരിച്ചുകിട്ടിയപ്പോൾ ആന്തരിക അവയവങ്ങൾ തകർന്ന നിലയിലാണെന്ന് കേട്ട് തലയ്ക്കടിച്ചും, മാറത്തടിച്ചും കരയുന്ന ഒരമ്മയുടെ ശബ്ദം കേരളം കേട്ടു. അപ്പുറത്ത് അതാ ഒരു യാമിനി മന്ത്രിമന്ദിരത്തിന്റെ അടുക്കളവാതിലുകൾ കൊട്ടിയടച്ചു, മന്ത്രിപുംഗവനായ ഭർത്താവിനെ ജ്വലിച്ച കണ്ണുകൊണ്ട് നോക്കി മർദ്ദനത്തിന്റെ വേദനയോടെ. ഭർത്താവിന്റെ അവിഹിതബന്ധത്തിൽ അമർഷത്തോടെ വിദ്യാസമ്പന്നയും സർവൈശ്വര്യ സമ്പന്നയുമായ ഗണേഷ്കുമാറിന്റെ ഭാര്യ യാമിനി, അവരെത്തിയത് പ്രജാക്ഷേമതല്പരരെന്ന് ആണയിടുന്ന മുഖ്യഭരണാധികാരിയുടെ മുന്നിൽ.

ഇതും വനിതാദിനത്തിന്റെ തലേന്ന്. യാമിനിയുടെ പരാതി മുഖ്യമന്ത്രി കേട്ടെന്നും കേട്ടില്ലെന്നും സ്വീകരിച്ചെന്നും ഇല്ലെന്നും പത്രങ്ങൾ ഒട്ടാകെ തർക്കത്തോടെ തർക്കം. നേരിട്ട് പരാതി പറഞ്ഞ സ്ത്രീയുടെ പരാതിയിന്മേൽ പൊലീസിന് മുഖ്യമന്ത്രി നിർദ്ദേശം കൊടുക്കുമെന്ന് പ്രതീക്ഷിച്ച കേരളത്തിലെ പെണ്ണുങ്ങൾ വനിതാദിനത്തിൽ ഇളിഭ്യരായി. തിരൂരിലെ കടത്തിണ്ണയ്ക്കും മന്ത്രിമന്ദിരത്തിനും സെക്രട്ടറിയേറ്റിലേക്കുമുള്ള ദൂരമെത്ര? ദരിദ്രയായ തമിഴ്ബാലികയ്ക്കും സമ്പന്നയായ മന്ത്രിപത്നിക്കും മുഖ്യമന്ത്രിയുടെ മുന്നിൽ തുല്യത; സ്ത്രീയുടെ കണ്ണീർത്തുള്ളിക്കോ അധികാരത്തിന്റെ അപ്പക്കഷണത്തിനോ രുചി കൂടുതൽ? അധികാരം കൈയിൽ പിടിച്ച കുട പോലെയാണെന്ന് കാളിദാസൻ. കുടയിൽനിന്ന് ആശ്വാസം ലഭിക്കണമെങ്കിൽ കുടയുടെ ഭാരം രാജാവ് കൈകളിൽ താങ്ങണം. പി സി ജോർജ്ജുമാരും ഗണേശന്മാരും ശെൽവരാജന്മാരുമൊക്കെയുള്ളപ്പോൾ ഭരണത്തിന് ഒരു ഭാരവുമില്ല. ജോർജ്ജും ശരി, ഗണേഷ്കുമാറും ശരി. യാമിനിമാരും, തമിഴ്ബാലികമാരും തെറ്റ്. ഭരണം കോംപ്രമൈസ്.

വനിതാദിനത്തിൽ പങ്കെടുക്കുവാൻ പുറപ്പെട്ടപ്പോൾ ബസിലെ കാഴ്ച ഏറെ വിചിത്രം. അങ്കമാലിയിൽനിന്നും പെരുമ്പാവൂരിലേക്കുള്ള യാത്രയ്ക്കുവേണ്ടി യൂണിഫോം ധരിച്ച ഒരുകൂട്ടം പെൺകുട്ടികൾ ബസിൽ. നാലു സീറ്റുകൾ ഒഴിഞ്ഞുകിടക്കുന്നു. ബസ് മീറ്ററും കിലോമീറ്ററും കവച്ചുവച്ച് യാത്ര തുടരുന്നു. ഒഴിഞ്ഞ സീറ്റിൽ ഒരുത്തിയും ഇരിക്കുന്നില്ല. സാരിധാരികളായ ചില സ്ത്രീകൾ കയറുകയും ഇരിക്കുകയും ഇറങ്ങുകയും ചെയ്യുന്നു. അക്ഷമകൊണ്ട് തൊട്ടടുത്ത സീറ്റിലിരിക്കാൻ പെൺകുട്ടികളിൽ ഒരുത്തിയെ ഞാൻ തോണ്ടിവിളിച്ചു. അവൾ ഇരിക്കുന്നില്ലെന്ന് തോൾവെട്ടി തലവെട്ടിച്ചു. മറ്റൊരുത്തിയെ ക്ഷണിച്ചപ്പോൾ പതുക്കെ പറയുന്നു, “ഞങ്ങൾക്ക് ഇരിക്കാൻ പാടില്ല,” അവരുടെ മൂട്ടിൽ ആണി തറഞ്ഞിരിക്കുന്നതുകൊണ്ടല്ല അവർ സ്റ്റുഡന്റ്സ് കൺസഷൻ ടിക്കറ്റുകാരാണ്, ഇരിക്കാൻ അനുവാദമില്ല. കിളിയോട് ഇതേക്കുറിച്ച് ചോദിച്ചപ്പോൾ അയാൾ പ്രതിവചിച്ചത് എന്താ ഞാൻ പിടിച്ചിരുത്തണോ? പിടിച്ച് ഇരുത്തിയാൽ തന്റെ മോന്തയുടെ ഷേപ്പ് മാറുമെന്ന് ഞാൻ. പ്രിയപ്പെട്ട സഹോദരിമാരേ ഇതൊരു അലിഖിത വ്യവസ്ഥയാണ്. ആലുവ-പെരുമ്പാവൂർ റൂട്ടിലെ ‘സൽവ’ ബസിൽ മാത്രമുള്ള സമ്പ്രദായമല്ല, കേരളത്തിൽ ഉടനീളം ഇതുതന്നെയാണ് അനുഭവം. ആ പെൺകുട്ടികളെങ്ങാൻ ഇരുന്നാൽ അസ്സൽ ‘എ’ ഭാഷ ചെവിയിൽ ഈയം ഉരുക്കി ഒഴിച്ചതുപോലെ വീഴും. സ്റ്റുഡന്റ്സിന് കൺസഷൻ അനുവദിക്കുന്നതുവഴി നികുതിയിളവ് അനുഭവിക്കുന്നവരാണ് ബസ് മുതലാളിമാർ എന്ന് ഈ ബസിലെ കിളിക്കറിയില്ലല്ലോ. കൺസഷൻ ആരുടെയും ഔദാര്യമല്ല, അവകാശമാണ്. (കിളിയെന്ന് വിളിക്കരുത്, അത് ആക്ഷേപമാണ് അതുകൊണ്ട് സബഹുമാനം ഡോർ ചെക്കർ) എന്തോന്ന് വനിതാദിനം!

പെരുമ്പാവൂരിൽ സമ്മേളനം ഉദ്ഘാടനം ചെയ്ത് വൈകുന്നേരം സാർവ്വദേശീയ ദിനത്തിൽ പങ്കെടുക്കാൻ പീരുമേടിനെ ലക്ഷ്യമാക്കി യാത്ര തുടർന്നു. വലതുകാലിന് സ്വാധീനമില്ലാത്തതുകൊണ്ട് ബസിലെ യാത്ര

സാഹസികം. പെരുമ്പാവൂരിൽനിന്ന് സർക്കാർ ബസിൽ മൂവാറ്റുപുഴയ്ക്കും അവിടെ ഇറങ്ങി മറ്റൊരു ബസിൽ തൊടുപുഴയ്ക്കും. തൊടുപുഴ സ്റ്റാൻഡിൽനിന്ന് ഓട്ടോയിൽ ടാക്സിക്കുവേണ്ടി പാച്ചിൽ. കേവലം മിനിമ ചാർജിന്റെ ഓട്ടത്തിന് മുപ്പത് രൂപ കൂലി. സമയമില്ല. എങ്കിലും ചോദ്യം ചെയ്തു. അപ്പോൾ അയാൾ പറയുന്നു, അത് കുറവാണ് ഞാനൊരു ദൗത്യം ചെയ്തതാണ് എന്ന മട്ടിലായി. ടാക്സിയിൽ കയറി പുറപ്പെട്ടപ്പോഴാണ് ടാക്സി ഡ്രൈവർ പറയുന്നത് ആ ഓട്ടോറിക്ഷ ഡ്രൈവർ ക്വട്ടേഷൻ സംഘത്തിൽപ്പെട്ട് കേസിലായി ജാമ്യത്തിലിറങ്ങിയ തെമ്മാടിയാണെന്ന്. അമേദ്യത്തിൽ ചവിട്ടിയപോലെയായി. കുടുംബപ്രശ്നത്തിൽ കുടുംബനാഥനുവേണ്ടി അയാളുടെ ഭാര്യയെയും മകളെയും വീട്ടിൽനിന്ന് ഇറക്കുവാൻ ക്വട്ടേഷൻ എടുത്തതിന്റെ പേരിലാണ് കേസ്. വനിതാദിനത്തിലെ ഓരോരോ അനുഭവമേ! അല്ല കള്ളൻ ആര് വെള്ളൻ ആര് എന്ന് നെറ്റിയിൽ ആരും എഴുതിവയ്ക്കാറില്ലല്ലോ.

നല്ല കാര്യത്തിന് ആയിരം നാവുകൊണ്ട് നക്കിത്തുടച്ച് ആശംസകൾ നേരുന്ന ഒരുപാട് ഉന്നതന്മാരുണ്ട് നമ്മുടെ നാട്ടിൽ. പക്ഷേ, വനിതാദിനത്തിൽ ഒരു ഉന്നതന്റെയും ആശംസകൾ കണ്ടില്ല. അതിനെന്താ കേരളത്തിലെ ഏറ്റവും പ്രമുഖയായ വ്യവസായ സംരംഭക ശീമാട്ടി ബീനാ കണ്ണൻ കേരളത്തിലെ സ്ത്രീകളെ ഒരു പരസ്യത്തിലൂടെ ശക്തിപ്പെടുത്താൻ തീരുമാനിച്ചു. ലക്ഷക്കണക്കിന് റേറ്റ് ഉള്ള പരസ്യം ഏറ്റുവാങ്ങി. (*മാതൃഭൂമി*) ഫ്രണ്ട്പേജ് മുഴുവനായി പരസ്യം കൊടുത്തു. ബീനാ കണ്ണൻ പറയുന്നു: “ഈ വർഷത്തെ വനിതാദിനത്തിൽ സ്ത്രീശാക്തീകരണത്തിനും, സുരക്ഷിതത്വത്തിനും, അഭിമാനത്തിനും ശീമാട്ടി സമർപ്പിക്കുന്നു തികച്ചും ഭിന്നമായ ലോകോത്തര കാഞ്ചിപുരം ബ്രൈഡൽ സിൽക്ക് ഡസ്റ്റിനേഷൻ” – എങ്ങനെയുണ്ട് സഹോദരിമാരേ, സ്ത്രീ രക്ഷപ്പെടണമെങ്കിൽ ബീനാ കണ്ണന്റെ പട്ടുസാരി ധരിക്കണമെന്നാണ്. വനിതാദിനത്തെപോലും കച്ചവടവല്ക്കരിക്കുന്ന ബീനാ കണ്ണനെന്ന സഹോദരിയുടെ വിപണി മനസ്സിലാക്കുവാൻ തലയിൽ ചോറുവേണം. ചകിരിച്ചോറല്ല. അന്ധവിശ്വാസത്തെ ബ്രാൻഡ് ചെയ്ത് വാണിജ്യവല്ക്കരിക്കുന്ന ബ്രാൻഡ് അംബാസിഡർമാർക്കും ബീനാ കണ്ണനുമെല്ലാം നമോവാകം.

ബീനാ കണ്ണാ, ഒരു ആശംസ പത്രത്തിൽ കൊടുത്തിരുന്നുവെങ്കിൽ എത്ര നന്നായിരുന്നു.

അങ്കമാലി മുതൽ പീരുമേടുവരെയുള്ള യാത്രയ്ക്കിടയിൽ വിവിധ പഞ്ചായത്തുപ്രദേശങ്ങളിൽ ബസ്സ്റ്റോപ്പുകളിൽ, റോഡുകളിൽ വനിതാദിനാഘോഷയാത്രയിൽ പോകുകയും വരികയും ചെയ്യുന്ന ഒരുപിടി സ്ത്രീകളെ കണ്ടു. ഗവണ്മെന്റ് സ്പോൺസേഡ് വനിതാദിനാചരണത്തിൽ കേരളീയ വേഷധാരിണിയായി, അലസതാ വിലസിതരായി നടക്കുകയും നില്ക്കുകയും ചെയ്യുന്നവർ. സ്ത്രീകളെ ‘മലയാളി മങ്കമാരാ’ക്കാൻ ഒരു വനിതാദിനം.

ഈ ദിനത്തിലും കേരളത്തിലെ ഭരണകക്ഷിയുടെ ഒരു നേതാവ് കേരള

ത്തിലെ സ്ത്രീകളെ 'എ' പറഞ്ഞുകൊണ്ടിരുന്നു. അദ്ദേഹം കുറെ ദിവസമായി നാട്ടിലും വിദേശത്തുമൊക്കെയായി 'എ' പറഞ്ഞുകൊണ്ടേ ഇരിക്കുകയായിരുന്നു. കൂട്ടത്തിൽ സ്ത്രീകളെ പേടിക്കണമെന്നും; അതുകൊണ്ട് കേരളത്തിലെ പുരുഷന്മാർക്ക് സംരക്ഷണം വേണമെന്നുവരെ വിടുവായൻ സുധാകരൻ പറഞ്ഞുകളഞ്ഞു. കഴിഞ്ഞ ഒരു മാസക്കാലമായി അത്യുന്നതങ്ങളിലെ രാഷ്ട്രീയ നേതാക്കന്മാരും ഭരണകർത്താക്കളും സ്ത്രീകളെ ചട്ടംപഠിപ്പിക്കുകയായിരുന്നു. ജസ്റ്റിസ് ബസന്തും കെ സുധാകരനും വയലാർ രവിയും ഇപ്പോൾ ജസ്റ്റിസ് ജെ ബി കോശിയും വരെ സ്ത്രീകളുടെ ഉപദേശകന്മാരായി നിലകൊള്ളുകയാണ്. എന്നിട്ടും കേരളത്തിലെ കോടിക്കണക്കിൻ സ്ത്രീകളുടെയും ധാർമ്മികരോഷം ഒരേസമയത്ത് അണപൊട്ടി ഒഴുകുന്നില്ല. എന്തുകൊണ്ട്? എന്തുകൊണ്ട്?

11

അക്രമോത്സുകമായ സ്വകാര്യവല്ക്കരണം

എല്ലാം സ്വകാര്യവല്ക്കരിക്കുക എന്നത് ആഗോളവല്ക്കരണത്തിന്റെ ആമന്ത്രണം ആണ്. സ്വകാര്യവല്ക്കരണത്തെക്കുറിച്ച് ആദ്യമായി കേട്ടപ്പോഴൊന്നും ഇതിനുമേൽ ഗൗരവമുള്ളതായിരിക്കും എന്ന് ആരും കരുതിയിരുന്നില്ല. വ്യവസായങ്ങളും ബാങ്കുകളും തൊഴിലും എല്ലാം സ്വകാര്യവല്ക്കരിക്കും എന്നു കേട്ടപ്പോഴും പരിഭ്രമം ഏതുമുണ്ടായില്ല. ഇക്കണക്കിന് പോയാൽ കുടിക്കുന്ന വെള്ളവും ശ്വസിക്കുന്ന വായുവും വരെ സ്വകാര്യവ്യക്തികളിൽനിന്നോ സ്വകാര്യ സ്ഥാപനങ്ങളിൽനിന്നോ പണം കൊടുത്തു വാങ്ങേണ്ടിവരുമെന്നും മിതമായി മാത്രമേ അവ ഉപയോഗിക്കുവാൻ കഴിയൂ എന്നും ഇടതുപക്ഷം വികാരാവേശത്തോടെ വിശദീകരിച്ചപ്പോഴും ഗൗരവം തോന്നിയില്ല.

ആഗോളവല്ക്കരണത്തെ ആശ്ലേഷിച്ച ബ്രസീലിയൻ ജനത തങ്ങളുടെ വെള്ളംപോലും മുതലാളിമാരുടെ കച്ചവടച്ചരക്കാക്കുന്നതു കണ്ടിട്ടാണ് പ്രതിഷേധിക്കാൻ തുടങ്ങിയത്. പ്രകൃതി തങ്ങൾക്കു കനിഞ്ഞു നല്കിയ വെള്ളത്തിൽ നിറം കലർത്തി കൊക്കൊകോളയും പെപ്സിയും ഉല്പാദിപ്പിച്ച് വൻകിടക്കാരായ സ്വകാര്യവ്യക്തികൾ കോടികൾ കൊയ്യുന്ന യാഥാർത്ഥ്യം തിരിച്ചറിയാത്ത നിമിഷങ്ങളിലാണ് കൊച്ചബാംബയിലെ ജനങ്ങൾ പ്രതിഷേധിച്ചുതുടങ്ങിയത്. പ്രതിഷേധം രാഷ്ട്രീയ ഭരണ മാറ്റത്തിനുവരെ ഇടവരുത്തുകയുണ്ടായി പിന്നീട്.

ഇവിടെ കേരളത്തിൽ പാലക്കാട്ടെ പ്ലാച്ചിമട ലോകപ്രസിദ്ധമായത് വെള്ളത്തിന്റെ പേരിലാണ്. പെപ്സി കമ്പനിക്കാർ വെള്ളം ഊറ്റിയപ്പോൾ തങ്ങളുടെ കുടിവെള്ളം നഷ്ടപ്പെട്ട യാഥാർത്ഥ്യം തിരിച്ചറിഞ്ഞ പ്ലാച്ചിമടയിലെ ജനങ്ങൾ തുടങ്ങിയത് അതിജീവനത്തിന്റെ സമരമാണ്. ഇറാഖിലെ അമേരിക്കൻ അധിനിവേശത്തിന്റെ പൊരുൾ എണ്ണ ചോർത്തലായിരുന്നു.

എണ്ണ സമ്പന്നമായ ഇറാഖിനെ കീഴ്പ്പെടുത്തിയാൽ എണ്ണസ്രോതസ്സ് തങ്ങളുടെ കൈപ്പിടിയിലാകും. ഒരിക്കലും വറ്റാത്ത സമ്പത്ത് തങ്ങളുടെ കൈകളിലെത്തുമെന്ന് ലോകമുതലാളികൾ സ്വപ്നം കണ്ടു. ധനാർത്തിമൂലം എണ്ണയ്ക്കുവേണ്ടി യുദ്ധം നടത്തിയവർ തന്നെ നാളെ വെള്ളത്തിനുവേണ്ടിയും യുദ്ധം ഉണ്ടാക്കുമെന്നും പറഞ്ഞുകേട്ടു.

പ്രകൃതിയുടെ വാഗ്ദാനമായ വെള്ളത്തിനുവേണ്ടി യുദ്ധമോ? ഈ ഇടതുപക്ഷ ബുദ്ധിജീവികൾ കള്ളംപറഞ്ഞ് മനുഷ്യനെ മക്കാറാക്കുന്നവരാണ് കഷ്ടം! ജനം മൂക്കത്തു വിരൽവച്ചു സംശയിച്ചു. ലോകത്തിൽ ഏറ്റവും കൂടുതൽ പാഴ്വസ്തുക്കൾ പുറന്തള്ളുന്ന രാജ്യം അമേരിക്കയാണെന്നും, പാഴ്വസ്തുക്കൾ കുന്നുകൂടിക്കിടന്ന് അത് ഹരിതവാതകം പുറപ്പെടുവിക്കാമെന്നും ആഗോളതാപനത്തിന് ഇത് ഇടയാക്കുമെന്നുമെല്ലാം കൈവിരലിലെണ്ണാത്തവർ ബലംപിടിച്ച് പറഞ്ഞുകൊണ്ടിരുന്നു. ആഗോളതാപനം രാഷ്ട്രങ്ങളുടെ ചർച്ചാവിഷയമായി. ആഗോളതാപനം നിയന്ത്രിക്കണമെങ്കിൽ പാഴ്വസ്തുനിർമ്മാർജ്ജനം വേണം. നിശ്ചിതശതമാനം പാഴ്വസ്തുക്കൾ അമേരിക്ക നിർമ്മാർജ്ജനം ചെയ്യണമെന്ന കോട്ടാ ഉടമ്പടിയിൽ അമേരിക്ക ഒപ്പുവയ്ക്കുകയും ചെയ്തു. കശുവണ്ടി കൊറിച്ചും സൊറപറഞ്ഞും സോഫ്റ്റ് ഡ്രിങ്ക്സ് കുടിച്ചും രാഷ്ട്രീയത്തലവന്മാരുടെ സാന്നിദ്ധ്യത്തിൽ ഒപ്പുവച്ച ഉടമ്പടി അവിടെ പൊടിതട്ടാതെ ഇരുന്നു. ആഗോള താപനം കുറഞ്ഞില്ല; കൂടുകയും ചെയ്തു. അതിന്റെ ഫലം ചൂടുകൂടി. കൂടിയ ചൂടിൽ ആർട്ടിക്കയിലും അന്റാർട്ടിക്കയിലുമടക്കം മഞ്ഞുരുകി. വെള്ളപ്പൊക്കം ആയിരങ്ങളുടെ ജീവനപഹരിച്ചുകൊണ്ടിരിക്കുന്നു.

ലോകവ്യാപകമാണ് ഈ താപനം. ചൂട് കടലിന്റെ അടിത്തട്ടിലേക്കുപോലും വ്യാപിച്ച് മത്സ്യങ്ങളുടെ ആവാസസ്ഥാനങ്ങളും, പ്രജനനശേഷിയും നശിപ്പിക്കുന്നു. ഫലം മത്സ്യംപിടിക്കുന്ന തൊഴിലാളിയുടെയും മഞ്ഞു ഭക്ഷിക്കുന്നവന്റെ ശേഷിയെയും അതു ബാധിക്കുന്നു എന്നുള്ളതാണ്.

താപനം കാലാവസ്ഥയിൽ വരുത്തുന്ന വ്യതിയാനം കേരളീയർ ഇന്ന് നന്നായി അനുഭവിക്കുന്നു. സഹ്യന്റെ മക്കൾ മേഞ്ഞുനടന്ന കാടുകളും മലകളും അപ്രത്യക്ഷമാകുന്നു. മഹർഷിമാരെപ്പോലെ ജഡാധാരികളായി വേരുപടലങ്ങളിൽ ജലം സംഭരിച്ച് നമുക്ക് നല്കിയിരുന്ന വന്മരങ്ങൾ ധനികരുടെ വീടുകൾക്ക് വുഡൻ പാനലുകളായി മാറുന്നു. കാടിരുന്ന സ്ഥലങ്ങളിൽ പോലുമിന്ന് കോൺക്രീറ്റ് കെട്ടിടങ്ങളുടെ വയലുകളായി മാറുന്നു. കാലവർഷം കേരളീയരുടെ മുന്നിൽ കണ്ണുകെട്ടിക്കളിക്കാൻ തുടങ്ങി. കഴിഞ്ഞ മേയ് ജൂൺ മാസങ്ങളിൽ കാലവർഷം നമ്മളെ പൂർണ്ണമായും കളിപ്പിച്ചുകളഞ്ഞു. ഇക്കുറി വേനലിന് വെള്ളം കരുതൽശേഖരമായി വയ്ക്കുന്ന പുഴകൾക്ക് വെള്ളം കിട്ടിയില്ല. 44 നദികളുടെ പേരിൽ അഭിമാനഗർവ്വം നടിച്ചിരുന്നവരാണ് നമ്മൾ കേരളീയർ. നമ്മുടെ വൃത്തിയും വെടിപ്പും ലോകപ്രസിദ്ധം. രണ്ടുനേരമെങ്കിലും കുളിച്ചില്ലെങ്കിൽ നമുക്കത് അഭിമാനത്തിന്റെയും ആഢ്യത്വത്തിന്റെയും കൂടി പ്രശ്നമാണ്. കേരളം വിട്ട് യാത്രചെയ്യുന്ന

നമ്മുടെ മനോഭാവമോ? വാളയാർ ചുരം കടന്ന് തമിഴ്നാട്ടിലേക്കു കടക്കുമ്പോൾ മുതൽ നമ്മുടെ മുഖം വക്രിക്കും, മൂക്കു ചുളിയും. വടക്കോട്ടുള്ളവർ വെള്ളം കാണാത്തവരും കുളിക്കാത്തവരും. തീപിടിച്ച പുരത്തിൽ അകപ്പെട്ടതുപോലെ. തിരിച്ച് വാളയാർ ചുരം കടന്ന് കേരളത്തിലേക്കെത്തുമ്പോൾ നമ്മുടെ പച്ചപ്പിന്റെ കോരിത്തരിപ്പ് അനുഭവിക്കാത്തവരാരാണ്?

ആ നമ്മളെയാണ് വെള്ളംകുടിപോലും മുട്ടിക്കാൻ ഉമ്മൻചാണ്ടിയുടെ ഗവൺമെന്റ് തീരുമാനിച്ചിരിക്കുന്നത്. മറ്റൊരു 'വെള്ളംകുടി' പ്രോത്സാഹിപ്പിക്കുന്നുമുണ്ടവർ. കുടിവെള്ള സ്വകാര്യവല്ക്കരണം കേരളത്തിന്റെ മുമ്പിൽ ഇന്നൊരു വലിയ പ്രശ്നമാണ്. വിലക്കയറ്റവും, തൊഴിലില്ലായ്മയും, ക്രമസമാധാനതകർച്ചയും സ്ത്രീപീഡനങ്ങളും വർദ്ധിക്കുന്നതിനെതിരെ കേരളം പ്രതിഷേധിക്കുന്നതിനിടയിലാണ് വെള്ളം സ്വകാര്യവല്ക്കരിക്കാൻ കഴിഞ്ഞ ഡിസംബർ 31 ന് സർക്കാർ ഓർഡിനൻസ് ഇറക്കിയത്. ഇപ്പോൾ അത് ബില്ലായി സിയാൻ മോഡലിൽ 26 ശതമാനം ഷെയർ മാത്രം കൈയിൽവച്ച് ബാക്കി ഷെയർ മുഴുവൻ സ്വകാര്യകമ്പനിയെ ഏല്പിച്ചുകൊണ്ടുള്ള നിയമംതന്നെ ഇപ്പോൾ പാസാക്കിയിരിക്കുകയാണ്. ഡ്രിങ്കിങ് വാട്ടർ സപ്ലൈ കമ്പനി ലിമിറ്റഡ് ആയിരിക്കും ഇനിമേൽ നമ്മുടെ കുടിവെള്ളം വില്പനക്കാരൻ.

വാട്ടർ അതോറിറ്റിയുടെ മേൽനോട്ടത്തിൽ മുനിസിപ്പാലിറ്റി പഞ്ചായത്തുകൾ വഴി ലഭിച്ചിരുന്ന വെള്ളം 1000 ലിറ്ററിന് 4.20 രൂപയായിരുന്നുവെങ്കിൽ ഇനിയങ്ങോട്ട് 250 രൂപയാണ് നമ്മൾ കൊടുക്കേണ്ടിവരിക. അരിയും പരിപ്പും പയറും പച്ചക്കറിയും മത്സ്യവും പാലും മുട്ടയും എല്ലാം തീപിടിച്ചതുപോലെ വില ആളിക്കത്തുമ്പോൾ സമൃദ്ധമായി ലഭിച്ചിരുന്ന വെള്ളം കൂടി കിട്ടാതിരിക്കുക എന്ന ദുഃസ്ഥിതിയെ നമ്മൾ എങ്ങനെ അതിജീവിക്കും?

44 നദികളുടെ സമൃദ്ധിയെക്കുറിച്ച് സന്തോഷിക്കുമ്പോൾതന്നെ കേരളത്തിന്റെ ചില പ്രദേശങ്ങൾ ശുദ്ധജലക്ഷാമത്തിന്റെ രൂക്ഷത അനുഭവിക്കുന്നതിന്റെയും ചിത്രം നമ്മുടെ മുന്നിലുണ്ട്. കേരളത്തിന്റെ തീരപ്രദേശങ്ങളും വയനാടും ഇടുക്കി ജില്ലയിലെ ചില പ്രദേശങ്ങളും ജലദൗർലഭ്യം അനുഭവപ്പെടുന്നവയുമാണ്. ജനകീയാസൂത്രണത്തിന്റേയും മറ്റും ഫലമായും ഹഡ്കോ ജപ്പാൻ കുടിവെള്ള പദ്ധതി എന്നിവയിലൂടെയും സമ്പൂർണ്ണ ജലലഭ്യതാസമൂഹമായി കേരളത്തെ മാറ്റുന്നതിന് ബദ്ധശ്രദ്ധമാകേണ്ട ഗവൺമെന്റ് കുടിവെള്ള വിതരണം സ്വകാര്യവല്ക്കരിക്കുന്നത് കൊടിയ വഞ്ചനയാണ്. ജനങ്ങളോട് എന്തും ചെയ്യാം എന്ന ബോധമാണ് സർക്കാരിനെ നയിക്കുന്നത്. ജല സ്വകാര്യവല്ക്കരണത്തെ ശക്തമായി എതിർക്കേണ്ടതാണ്.

എതിർപ്പിന്റെയും പ്രതിഷേധത്തിന്റെയും മുന്നിൽ കേരളത്തിലെ സ്ത്രീകൾ അണിനിരക്കണം. വെള്ളത്തിന്റെ ഉപഭോക്താക്കൾ എല്ലാവരുമാണ്. ലിംഗവ്യത്യാസമോ പ്രായവ്യത്യാസമോ ഇല്ല. അടുക്കളഭാരത്തിന്റെ സിംഹഭാഗവും സ്ത്രീകളുടെ ചുമലിലാണെന്നത് പരക്കെ സമ്മതിച്ചിട്ടുള്ളതാണല്ലോ. അതുകൊണ്ട് വീടുമായി ബന്ധപ്പെട്ട് വെള്ളം സ്ത്രീയുടെ

ചുമതലയുടെ പട്ടികയിലാണ് വരുന്നത്. ജലദൗർലഭ്യം അനുഭവപ്പെടുന്ന പ്രദേശങ്ങളിൽ ജലഉപഭോഗത്തിൽ സ്ത്രീ പിന്നിൽ പോകുന്നത് ഏറ്റവും കുറഞ്ഞ അളവ് വെള്ളത്തിന്റെ ഉപഭോക്താവാകുന്നത് സ്ത്രീകളാണ്. ഇത് സ്ത്രീയുടെ ശാരീരികാവസ്ഥയേയും പ്രത്യുല്പാദനശേഷിയേയും പ്രതികൂലമായി ബാധിക്കുന്നതിന്റെ നിരവധി ദൃശ്യങ്ങൾ അന്വേഷണത്തിൽ കാണാനാകും.

ഇടുക്കി ജില്ലയിലെ ഇരുമലക്കുടി ആദിവാസിക്കുടിയിൽ നിരവധി ദമ്പതിമാർക്ക് കുട്ടികളില്ല എന്ന റിപ്പോർട്ട് രണ്ടുപ്രാവശ്യം പത്രങ്ങളിൽ വരികയുണ്ടായി. ഗതാഗതസൗകര്യമില്ലാത്തതിനാൽ പുറംലോകവുമായി ബന്ധമില്ലാത്ത ആദിവാസി ഊരുകളിലെ സ്ത്രീ വൻകിട ഔഷധ കമ്പനികൾ ഉല്പാദിപ്പിക്കുന്ന മാലാ-ഡി പോലുള്ള ഗുളികകൾ കഴിക്കുന്നതുകൊണ്ടാണ് യഥാർത്ഥത്തിൽ പ്രത്യുല്പാദനശേഷി നഷ്ടപ്പെടുന്നത്. മാലാ-ഡി പോലുള്ള ഗുളികകൾ കഴിക്കുന്നത് എന്തിനാണെന്ന അന്വേഷണം ചെന്നെത്തുന്നത് ഈ പ്രശ്നത്തിലേക്കാണ്. ശുദ്ധമായ കുടിവെള്ളം കിട്ടാതിരിക്കുന്നതും സ്ത്രീകളെ സംബന്ധിച്ചിടത്തോളം ഒരു വൈകാരിക പ്രശ്നമാണ്. മയിലമ്മയെ പോലുള്ള സ്ത്രീകൾ പ്ലാച്ചിമടസമരത്തിന്റെ മുമ്പിൽ ഉറച്ചുനിന്നത് ഈ വൈകാരികതമൂലമാണ്.

ഇത്തരം ഒരു സമരഘട്ടമാണ് കേരളത്തിൽ ഇപ്പോൾ ഉണ്ടായിരിക്കുന്നത്. കേരളത്തിന്റെ തെരുവുകളിൽ പൊതുടാപ്പുകളുടെ പരിസരങ്ങളിൽ ഭാവിയിൽ സംഘട്ടനം വരെ ഉണ്ടാകാമെന്ന് ആശങ്കയോടെ പ്രതീക്ഷിക്കേണ്ടിയിരിക്കുന്നു. അങ്ങനെ സംഭവിക്കാതിരിക്കാൻ വെള്ളം സ്വകാര്യവല്ക്കരിക്കുന്നതിൽനിന്ന് യു ഡി എഫ് ഗവൺമെന്റിനെ പിന്തിരിപ്പിക്കണം.

12

I am Nujud, (Age 10 and Divorced) നല്കുന്ന പാഠങ്ങൾ

ഞാൻ *നുജൂദ്, വയസ്സ് 10, വിവാഹമോചിത.* ഇതൊരു പുസ്തകത്തിന്റെ പേര്. യമൻകാരിയായ ഒരു പെൺകുട്ടിയുടെ ജീവചരിത്രം. സാമൂഹ്യ രാഷ്ട്രീയ മണ്ഡലങ്ങളിൽ അസ്തിത്വം കിട്ടിയവരുടെ ജീവചരിത്രത്തിന്റെ സ്വഭാവം ഈ പുസ്തകത്തിനില്ല. നിഷ്കളങ്കയായ ഒരു പെൺകുട്ടിയുടെ നിഷ്കളങ്കമായ ജീവിതകഥനം മാത്രമാണിതിന്റെ ഉള്ളടക്കം. അവൾ സാക്ഷ്യപ്പെടുത്തുന്ന പൊള്ളുന്ന അനുഭവങ്ങൾ അവിശ്വസനീയമായി തോന്നാം. പക്ഷേ, യാഥാർത്ഥ്യമാണ്. എട്ട് വയസ്സുള്ളപ്പോൾ നുജൂദ് വിവാഹിതയായി. ഒരുവർഷംപോലും നീളാൻ അനുവദിക്കാതെ നുജൂദ് അവളുടെ ദാമ്പത്യജീവിതത്തിന്റെ ചരട് പൊട്ടിച്ചുകളഞ്ഞു! മുതിർന്ന ഒരു സ്ത്രീക്കുപോലും പ്രാവർത്തികമാക്കാൻ ധൈര്യം വരാത്ത തീരുമാനം അവൾ നടപ്പിലാക്കി.

കോടതിമുറിയും നീണ്ട കറുത്ത കുപ്പായം ധരിച്ച വക്കീലന്മാരും ജഡ്ജിമാരും കോടതിരംഗങ്ങളും അവൾക്ക് അയൽവീടുകളിലെ ടിവി ദൃശ്യങ്ങൾ മാത്രമായിരുന്നു. 2008 ഏപ്രിൽമാസം 2-ാം തീയതി അവൾ കോടതിയുടെ മുമ്പിൽ നില്ക്കുന്നു. അന്നുരാവിലെ അച്ഛനമ്മമാരുടെ വീടിന്റെ പടിയിറങ്ങുമ്പോൾ അവൾ ഒരു പ്രതിജ്ഞ എടുത്തിരുന്നു. നേടേണ്ടതു നേടിയല്ലാതെ വീട്ടിനകത്തേക്ക് കാലുവയ്ക്കില്ലെന്ന്.

പ്രാതലിനുള്ള റൊട്ടി വാങ്ങാൻ അമ്മ ഷോയ കൊടുത്ത 150 യമൻ റിയാലുമായി അവൾ - എട്ടുവയസ്സിനുള്ളിൽ വീടിനു പുറത്തുള്ള ലോകം കണ്ടിട്ടില്ലാത്ത നുജൂദ് - യാത്ര തുടങ്ങിയത് ഒരു കോടതിയിലെത്തുക എന്ന ലക്ഷ്യത്തോടെയാണ്. കോടതിമുറ്റത്തെ അവസാനമില്ലാത്ത കാത്തിരിപ്പിനിടയിൽ അവൾ ചിന്തിച്ചതത്രയും തന്റെ കഥ ഒരു ജഡ്ജിയോടു പറയണം എന്നതാണ്. ചോർന്നുപോകുന്ന ധൈര്യത്തെ തടഞ്ഞുകെട്ടാൻ പാടു

പെടുന്ന അവൾ കറുത്ത മൂടുപടത്തിനുള്ളിൽനിന്ന് അമ്പരപ്പോടെ തുറിച്ചുനോക്കുന്ന ഒരു രൂപത്തോട് പറഞ്ഞു: "എനിക്ക് ജഡ്ജി അദ്ദേഹത്തോട് ഒരുകാര്യം സംസാരിക്കണം." സംശയഭാവത്തിൽനിന്ന അവരോട് ഏതെങ്കിലും ഒരു ജഡ്ജിയെ തനിക്കു കാണിച്ചുതരണം എന്ന് നിശ്ചയദാർഢ്യത്തോടെ അവൾ പറഞ്ഞു. ആ സ്ത്രീരൂപം അവളെ കൂട്ടിക്കൊണ്ടുപോയി. ഒച്ചയും ബഹളവും നിറഞ്ഞ കോടതിമുറിയുടെ വരാന്തയിലുള്ള ഒരു കസേരയിൽ അവൾ ക്ഷമയോടെ കാത്തിരുന്നു. "ദൈവം എന്നൊരാൾ ഉണ്ടെങ്കിൽ രക്ഷിക്കട്ടെ." നുജൂദ് പ്രതീക്ഷ കാത്തുസൂക്ഷിച്ചു, വിധിപ്രകാരമുള്ള അഞ്ചു പ്രാർത്ഥനകൾ ഉരുവിട്ടുകൊണ്ട്. പ്രതീക്ഷിച്ചപോലെ ഒരു ജഡ്ജി അവളുടെ അടുത്തെത്തി. "എന്തു സഹായമാണ് നിനക്ക് ഞാൻ ചെയ്തു തരേണ്ടത്?" പാതി ഉറക്കത്തിലും പാതി മയക്കത്തിലും, തിരക്കൊഴിഞ്ഞ ആ മുറിയിൽ തന്നെ ഉറ്റുനോക്കിനില്ക്കുന്ന ജഡ്ജിയോട് വ്യക്തമായി അവൾ ഒറ്റശ്വാസത്തിൽ പറഞ്ഞു: "എനിക്ക് വിവാഹമോചനം വേണം. എന്റെ ഭർത്താവ് എന്നെ ദ്രോഹിക്കുന്നു" - ജഡ്ജിയുടെ മുഖത്ത് അമ്പരപ്പ് പടർന്നു.

2008 ലായിരുന്നു നുജൂദിന്റെ വിവാഹം. വിവാഹത്തെക്കുറിച്ച് യാതൊരു ധാരണയും അവൾക്കുണ്ടായിരുന്നില്ല. ഒരു ആഘോഷമാണെന്നുമാത്രം അറിയാം. പാട്ടും നൃത്തവും ഉള്ള മനോഹരമായി അണിഞ്ഞൊരുങ്ങുന്ന വധുവും വിരുന്നുസൽക്കാരങ്ങളുമുള്ള ഒരു പരിപാടി.

പട്ടിണികൊണ്ട് ദുസ്സഹമായ വീട്ടിൽനിന്ന് രക്ഷപ്പെടുന്ന ഒന്നായിട്ട് അവളുടെ വിവാഹത്തെക്കുറിച്ച് അവൾ ചിന്തിച്ചു. ഉമ്മയുടെ കഠിനാദ്ധ്വാനത്തിന്റെ ചെറിയ വരുമാനവും, സഹോദരീ സഹോദരന്മാർ ഭിക്ഷാടനത്തിനുപോയി കിട്ടുന്ന ചില്ലിക്കാശുംകൊണ്ട് പുലരുന്ന കുടുംബത്തിൽ തൊഴിലില്ലാത്തവനായി അലഞ്ഞു തിരിയുന്ന അബ്ബ (പിതാവ്)യുടെ മുമ്പിൽ എത്തിയ ഫൈസ് അലി നാമറി എന്ന തന്നെക്കാൾ ഇരട്ടിയിലധികം പ്രായമുള്ള ഒരാൾക്കാണ് അവളെ വിവാഹം കഴിച്ചു കൊടുക്കാൻ പിതാവ് തീരുമാനിക്കുന്നത്. 'ഒരു വായ കുറയുമല്ലോ' അതായിരുന്നു അയാളുടെ ന്യായം. പ്രതിശ്രുതവരന്റെ വീട്ടുകാർ ആദ്യം ആവശ്യപ്പെട്ടത് നുജൂദ് വിദ്യാഭ്യാസം അവസാനിപ്പിക്കണം എന്നാണ്. എന്തോ ദുരന്തം തന്നെ ആവരണം ചെയ്യാൻ പോകുന്നതിന്റെ സൂചനകൾ അവളിൽ ഉടലെടുത്തു.

'ഉരുണ്ട കവിളുകൾ, ഇളം ചുവപ്പാർന്ന ചുണ്ടുകൾ, തവിട്ടുനിറത്തിൽ ബദാംപരിപ്പുകൾ പോലുള്ള കണ്ണുകൾ, മിനുസമുള്ള പുരികങ്ങൾ' - അതെ നുജൂദിന് അത്രയ്ക്കും കുട്ടിത്തമായിരുന്നു.

വീട്ടിൽ വരുന്ന വരന്റെ വീട്ടുകാർക്കും, ബന്ധുക്കൾക്കും ഭക്ഷണത്തിനുവേണ്ടത് ഒപ്പിക്കാൻ അവളുടെ അനുജന്മാർ തെരുവിലിറങ്ങി. ഉമ്മയുടെയും സഹോദരിമാരുടെയും തന്റേയും സാന്നിദ്ധ്യമില്ലാതെ അമ്മാവന്റെ വീട്ടിൽവച്ച് വിവാഹം കരാറായി. സ്ത്രീധനമായി ഒരുലക്ഷം റിയാൽ അഥവാ എഴുന്നൂറ്റി അമ്പത് അമേരിക്കൻ ഡോളർ ഉറപ്പാക്കി. മറ്റൊരു കരാർ നുജൂദ് ഋതുമതിയായി ഒരുവർഷം കഴിഞ്ഞേ ഭർത്താവ് അവളെ തൊടാൻ പാടുള്ളൂ.

വിവാഹശേഷം വരനോടും വരന്റെ ബന്ധുമിത്രാദികളോടും ഒപ്പം നുജൂദ് യാത്രയായി. വരന്റെ അമ്മയിൽനിന്ന് സ്നേഹോപചാരങ്ങളോ വാത്സല്യമൂറുന്ന ഒരു നോട്ടംപോലുമോ അവൾക്കു കിട്ടിയില്ല. ആശങ്കകൾ അരിച്ചരിച്ച് അവളിലേക്കെത്തിക്കൊണ്ടിരുന്നു. വരന്റെ വീട്ടിലെ ആദ്യത്തെ രാത്രിയിലെ അനുഭവങ്ങൾ അവൾ ജഡ്ജിയോട് വിശദീകരിച്ചു. ഇരയെ ആക്രമിക്കുന്ന ക്രൂരമൃഗത്തെപ്പോലെ തന്നെ കടിച്ചുകീറിയ ഭർത്താവിനെക്കുറിച്ചവൾ പറഞ്ഞു. പന്തുപോലെ ചുരുങ്ങി ഉരുണ്ട് ഭർത്താവിൽനിന്നു രക്ഷപ്പെടാൻ അവൾ നടത്തിയത് വിഫലശ്രമങ്ങളായിരുന്നു. ഇസ്ലാം സ്ത്രീകളെ പഠിപ്പിച്ചിരുന്ന അച്ചടക്കത്തിന്റെ എല്ലാ സീമകളും അവൾ എടുത്തുമാറ്റി.

ഷാമ എന്ന വനിതാ വക്കീൽ, അബ്ദുൾ വഹീദ്, മുഹമ്മദ് അൻസാരി തുടങ്ങിയ വക്കീലന്മാർ, പത്രപ്രവർത്തകർ, ചില സംഘടനാ പ്രതിനിധികൾ എന്നിവരുടെ സഹായത്തിൽ അവളുടെ പ്രായത്തിന്റെ പ്രശ്നം പടർന്നു പരന്ന് ഒരു വിപുല വൃത്തത്തിലേക്കെത്തി. യമൻ എന്ന രാജ്യം മുഴുവൻ അവളുടെ കഥ പറഞ്ഞു. കേട്ടവർ കേട്ടവർ അവൾക്കു സഹായഹസ്തവുമായെത്തി. ഭർത്താവായ ഫൈസ് അലി നാമറിനെയും അവളുടെ അബ്ബയേയും കോടതി വെറുതെ വിട്ടെങ്കിലും ‘വിവാഹ മോചനം’ എന്ന വിധി അവളെ തേടിയെത്തി. സന്തോഷം കൊണ്ടവൾ മാനംമുട്ടെ തുള്ളിച്ചാടി. അതിജീവന പോരാട്ടത്തിന്റെ വിജയിയായ നുജൂദ്, 8-ാം വയസ്സിൽ വിവാഹിതയായി 10-ാം വയസ്സിൽ വിവാഹമോചിതയാവുകയും ചെയ്ത ഈ പെൺകുട്ടിയുടെ കഥ അറേബ്യയിലെ തെക്കേ മുനമ്പിലുള്ള യമനിൽ മാത്രമല്ല ലോകമെമ്പാടും അറിഞ്ഞു തുടങ്ങുകയാണ്. സമാന അനുഭവങ്ങളുള്ള ധാരാളം പെൺകുട്ടികൾ ഇന്നും ഇസ്ലാമിനകത്തുണ്ട്. അവർക്കും ലോകത്തിലെ എല്ലാ പെൺകുട്ടികൾക്കും ഇക്കഥ പ്രചോദനമാകും. ഇത് വെറും കഥയല്ല - കാര്യമാണ്. ഒരു സാധാരണ പെൺകുട്ടി അച്ഛനമ്മമാരുടെ 13 മക്കളിൽ ഒരുവൾ. ചോക്ലേറ്റ് തിന്നാനും കളിപ്പാട്ടങ്ങൾ കിട്ടാനും, ചിത്രങ്ങൾ വരയ്ക്കാനും ആഗ്രഹിച്ച ഒമ്പതു വയസ്സുകാരി ആർജ്ജിച്ച പക്വതയും കരുത്തുംകൊണ്ട് സ്വന്തം അനുഭവങ്ങൾ നിയമലോകത്തെയും ജനങ്ങളെയും അറിയിക്കാൻ പ്രകടിപ്പിച്ച ധൈര്യം വിശദീകരണത്തിന് അതീതമാണ്.

അമേരിക്കയിലും, ദക്ഷിണാഫ്രിക്കയിലെ മുസ്ലീം സമൂഹങ്ങളിലും അഫ്ഗാനിസ്ഥാനിലും മാത്രമല്ല, വിദ്യാസമ്പന്നമായ കേരളത്തിൽപ്പോലും പെൺകുട്ടികളുടെ വിവാഹപ്രായം സംബന്ധിച്ച തർക്കം സജീവമാണ്. ശൈശവവിവാഹം അഭികാമ്യമാണെന്നു വാദിക്കുന്നവർക്ക് പിന്തുണ നല്കി ഒരു ഗവൺമെന്റുതന്നെ രംഗത്തു വന്നതിന് വർത്തമാനകാലം സാക്ഷിയാണ്. ജനാധിപത്യപരമായി തെരഞ്ഞെടുക്കപ്പെട്ട ഗവൺമെന്റ് പോലും മനുഷ്യാവകാശധ്വംസനം നടത്തുന്നു.

ഇന്ത്യയിൽ ആൺകുട്ടികളുടെ വിവാഹപ്രായം 21 ഉം പെൺകുട്ടികളുടേത് 18 ഉം ആയി നിജപ്പെടുത്തിയ നിയമമുണ്ട്. ശൈശവവിവാഹ നിരോധന നിയമവും ഉണ്ട്. വടക്കേ ഇന്ത്യയിൽ ഹൈന്ദവർക്കിടയിൽ ശൈശവ

വിവാഹം ഉണ്ട്. മുസ്ലീങ്ങൾക്കിടയിൽ പെൺകുട്ടികളുടെ കാര്യത്തിൽ കടുംപിടുത്തമാണ്. 2006 ലെ ശൈശവവിവാഹ നിരോധന നിയമത്തെ അപ്രസക്തമാക്കി, 1957 ലെ ഇല്ലാത്ത മുസ്ലീം വ്യക്തിനിയമത്തിന്റെ മറപിടിച്ച് 18 വയസ്സിനു താഴെയുള്ള കുട്ടികളുടെ വിവാഹം രജിസ്റ്റർ ചെയ്യാനുള്ള അനുവാദത്തിനുവേണ്ടിയാണ് കേരളത്തിൽ ഈയിടെ യു ഡി എഫ് സർക്കാരിനുവേണ്ടി ചീഫ് സെക്രട്ടറി ഒപ്പിട്ട് സർക്കുലർ പുറത്തിറക്കിയത്. മുമ്പേ നടന്ന ശൈശവവിവാഹങ്ങൾ നിയമവിധേയമാക്കണം എന്നാണ് സർക്കാർ വാദിക്കുന്നതെങ്കിലും ഇപ്പോൾ നടക്കുന്ന ശൈശവവിവാഹവും രജിസ്റ്റർ ചെയ്യാനുള്ള പഴുതുകളും ഈ സർക്കുലറിൽ ഉണ്ടെന്നതാണ് വസ്തുത.

ഗവൺമെന്റിനും മുസ്ലീംലീഗുപോലുള്ള രാഷ്ട്രീയ പാർട്ടികൾക്കും കാന്തപുരത്തെ പോലുള്ള തീവ്ര ആത്മീയവാദികൾക്കും സ്ത്രീകളെക്കുറിച്ചുള്ള കാഴ്ചപ്പാടിൽ യാതൊരു പുരോഗമനവും ഇല്ല. നോക്കുകുത്തികളാക്കി നിർത്തി, വിവാഹത്തിൽ വാണിജ്യവസ്തുപോലെ കൈകാര്യം ചെയ്യപ്പെടുന്ന സ്ത്രീകളുടെ ശബ്ദം ഉയർന്നുവരേണ്ട കാലം അതിക്രമിച്ചിരിക്കുകയാണ്. ജനങ്ങൾ വിശേഷിച്ച് സ്ത്രീകൾ വോട്ടുബാങ്കുകൾ മാത്രമല്ല. മാനസിക വളർച്ചയെത്താത്ത പ്രായത്തിൽ വിദ്യാഭ്യാസംപോലും നിഷേധിക്കപ്പെട്ട് വിവാഹം എന്ന സ്ഥാപനത്തിനകത്താക്കി വാതിൽ കൊട്ടിയടയ്ക്കുന്ന സാമ്പ്രദായികരീതിയെ ചോദ്യം ചെയ്യാൻ സ്ത്രീകൾ തന്നെ രംഗത്തുവരണം. ശൈശവവിവാഹം യഥാർത്ഥത്തിൽ ബലാത്സംഗത്തിനുള്ള ലൈസൻസാണ്. മതപരമായ അനുശാസനങ്ങളുടെ ചരടുകൾ വരിഞ്ഞുമുറുക്കുന്നത് എവിടെയും സ്ത്രീകളെയാണ്. വസ്ത്രധാരണവും വിവാഹവും ജീവിതവും എല്ലാം നിർവ്വഹിക്കപ്പെടുന്നത് മതാനുശാസനങ്ങളുടെ വേലിക്കെട്ടിനകത്താണ്. ഇത്തരം അനുശാസനങ്ങൾ സ്ത്രീകളുടെമേൽ മാത്രമാണ് പ്രയോഗിക്കപ്പെടുന്നത്. ഇടത്തരം സമ്പന്നകുടുംബത്തിലെ മുസ്ലീം സ്ത്രീകൾ ധാരാളമായി ഇന്ന് ഉന്നത വിദ്യാഭ്യാസം ആർജ്ജിക്കാൻ ശ്രമിക്കുന്നുണ്ട്. ശൈശവവിവാഹം പോലെയുള്ള ദുരാചാരങ്ങൾ യഥാർത്ഥത്തിൽ പാവപ്പെട്ടവർക്കിടയിലാണ് പ്രായേണ കാണുന്നത്.

സാമൂഹ്യ രാഷ്ട്രീയ സാമ്പത്തിക പുരോഗതി കൈവരിച്ച സമൂഹങ്ങളിൽപോലും സ്ത്രീകൾ പുരോഗതിയുടെ ഗുണഭോക്താക്കളാകുന്നില്ല. എന്തുകൊണ്ട്? പുരുഷൻ തീരുമാനിക്കും സ്ത്രീ അനുസരിച്ചാൽ മതി എന്ന ഫ്യൂഡൽ ധാരണ ഇന്നും ശക്തമായതുകൊണ്ടാണിത്. മുതലാളിത്ത സമൂഹവും ഫ്യൂഡൽ ആശയങ്ങളെ നിരാകരിക്കണമെങ്കിൽ സ്വത്തുടമാബന്ധങ്ങളിൽ മാറ്റം വന്നേ മതിയാകൂ. സ്ത്രീയുടെ അവകാശപ്പോരാട്ടം ഈ രാഷ്ട്രീയ ധാരണയോടെയാണ് ശക്തിപ്പെടുത്തേണ്ടത്.

ശൈശവവിവാഹം പോലുള്ള ദുരന്തകഥകൾ ആവർത്തിക്കാതിരിക്കാൻ ഇത്തരം ദുരനുഭവങ്ങൾക്കെതിരെ പോരാടുന്ന ശക്തരായ സ്ത്രീകളും പെൺകുട്ടികളും ഉണ്ടാകണം. സ്വന്തം ഗ്രാമത്തിൽനിന്ന് രക്ഷപ്പെട്ട് ദുഃസ്വപ്ന സമാനമായ സ്വാനുഭവങ്ങൾ ലോകത്തോട് പറയാൻ ധീരത കാണിച്ച നുജൂദിനെ അവളെ ഇതു പ്രകാശിപ്പിക്കാൻ പ്രേരിപ്പിച്ച മിനോയിയെ എല്ലാവരും വായിക്കുക.

9 789385 018817

Printed by Libri Plureos GmbH in Hamburg,
Germany